ഗ്രീൻ ബുക്സ്

നക്ഷത്രങ്ങൾ കൊഴിയുമ്പോൾ

ജോയ് വാഴയിൽ

കവി, ഭരണാധികാരി, ചിന്തകൻ.
എഞ്ചിനീയറായ അദ്ദേഹം ഡൽഹിയിലെ ഇന്ത്യൻ ഇൻസ്റ്റിറ്റ്യൂട്ട്
ഓഫ് ടെക്നോളജിയിൽ നിന്ന് ഡോക്ടറൽ ബിരുദം നേടി.
മികച്ച ഗവേഷണപ്രബന്ധത്തിനുള്ള ലിറ്ററ്റി നെറ്റ്‌വർക്ക്
എക്സലൻസ് അവാർഡ് അദ്ദേഹത്തിന് ലഭിച്ചിട്ടുണ്ട്.
സുസ്ഥിരവികസനം, കാലാവസ്ഥാവ്യതിയാനം, ഊർജനയം
എന്നീ വിഷയങ്ങളിൽ അന്താരാഷ്ട്രജേണലുകളിൽ
പ്രസിദ്ധീകരണങ്ങളുള്ള ഗവേഷകൻ.
കൃതികൾ: രാമാനുതാപം, ശലഭയാനം, മലയാളഗസൽ,
ഋതുഭേദങ്ങൾ, നിറമെഴുതും പൊരുൾ, മൗനഭാഷ,
നിമിഷജാലകം, നിലാനിർഝരി, കാണാമറ,
മാതൃവിലാപം, നക്ഷത്രരാഗം, അറിവാഴം (നോവൽ)
ഇംഗ്ലീഷ് കൃതികൾ: ലിമിറ്റ്സ് ആൻഡ് ലിമിറ്റേഷൻസ്
ഓഫ് ദ ഹ്യൂമൻ മൈൻഡ്, റിഫ്ളക്ഷൻസ് ഓൺ ദ
ഫിലോസഫി ഓഫ് എഡ്യൂക്കേഷൻ, ഫാസെറ്റ്സ് ഓഫ് ഫ്രീഡം.
വിവർത്തനങ്ങൾ: താവോ തേ ചിംഗ്, ദ പ്രോഫറ്റ്,
പതിന്നാല് ഉപനിഷത്തുകൾ.
പുരസ്കാരങ്ങൾ: മഹാകവി ഉള്ളൂർ പുരസ്കാരം (കാണാമറ)
എസ്.കെ. പൊറ്റെക്കാട്ട് പുരസ്കാരം (നിമിഷജാലകം)
സാഹിത്യസംഭാവനകൾക്ക് അക്ഷയ സാഹിത്യപുരസ്കാരം.
ഇന്ത്യൻ അഡ്മിനിസ്ട്രേറ്റീവ് സർവീസിലെ മുൻ അംഗമാണ്.
ഇന്ത്യാ ഗവൺമെന്റിന്റെ സെക്രട്ടറി, കേരള സർക്കാരിന്റെ
ചീഫ് സെക്രട്ടറി എന്നിവ ഉൾപ്പെടെ വിവിധ പദവികൾ
വഹിച്ചിട്ടുണ്ട്. കേരളത്തിൽ സമ്പൂർണ ഇ-ഗവേണൻസ്
നടപ്പാക്കുന്നത് ഉൾപ്പെടെ നിരവധി ഭരണപരിഷ്കാരങ്ങളിൽ
അദ്ദേഹം സുപ്രധാന പങ്കുവഹിച്ചിട്ടുണ്ട്.
Email: joy.vazhayilp@gmail.com

കവിത

നക്ഷത്രങ്ങൾ കൊഴിയുമ്പോൾ

ജോയ് വാഴയിൽ

ഗ്രീൻ ബുക്സ്

green books private limited
gb building, civil lane road, ayyanthole,
thrissur- 680 003, kerala, ph: +91 487-2381066, 2381039
website: www.greenbooksindia.com
e-mail: info@greenbooksindia.com

branches:
thrissur 8589095302
thiruvananthapuram 8589095301
calicut 8589095307

malayalam
nakshathrangal kozhiyumbol
poem
by
joy vazhayil

published december 2024

illustrations : a.k. gopidas
cover design : rajesh chalode

printed in india
oracle enterprises

isbn : 978-93-48125-03-3

GBPL/1404/2024

ഉള്ളടക്കം

മുഖമൊഴി 07
ജോയ് വാഴയിൽ

അവതാരിക
കവിതയുടെ
ക്ഷേമരാഷ്ട്രം 09
സി. രാധാകൃഷ്ണൻ

കവിതകൾ

സ്വർഗ്ഗീയം 17
എന്നെ അറിയുവാൻ 21
ശത്രുക്കളില്ലാത്തവർ 23
ജലപാതത്തിന്റെ ചിരി 25
രവീന്ദ്രഗീതം വീണ്ടും 29
അക്ഷരതാളങ്ങൾ 32
ആനത്താരിയും
എറുമ്പുചാലും 35
നോക്കുക, പോവുക 39
ഭാരവാഹികൾ 43
കാലാവസ്ഥയും
മൂലധനവും 45
പാണന്റെ യാത്ര 48
പരമഹംസത്രയം 53
സ്നേഹമുനകൾ 55
സമാധാനവും യുദ്ധവും 57
തിരിച്ചറിവ് 59
നചികേതസും ബുദ്ധനും 60
യുഗപരിവർത്തനം 65
സത്യമേവ ജയതേ! 67
ഒരു വാക്ക് 71
കേരളഗാനം 73
തേനീച്ചയും ചിലന്തിയും 75
നെല്ലിക്കമധുരം 79
തൊപ്പി 81
സൂര്യൻ കിഴക്കുദിക്കുന്നു 85
പിരാക്ക് 87
പൈതൃകം 90
പുണ്യദർശനം 95
ജീവന്റെ മടക്കം 97
നക്ഷത്രങ്ങൾ
കൊഴിയുമ്പോൾ 101
സമയാകാശം 103
ചാകര 107
വെള്ളവും വീഞ്ഞും 109
ശിലാലിഖിതങ്ങൾ 111
നിർമ്മിതബുദ്ധി 113
കളിയും കാര്യവും 117
എത്രനാൾ 121
ധ്യാനവൃക്ഷം 123
മൃതിവർണ്ണങ്ങൾ 127

മുഖമൊഴി

പ്രപഞ്ചത്തോടും ജീവിതത്തോടും സഹജീവികളോടുമുള്ള സംവേദനമാണ് കവിത. സംവേദനക്ഷമമായ ഹൃദയങ്ങളുള്ള ലോകമാണ് കവിയുടെ സ്വപ്നലോകം. അക്ഷരങ്ങളുടെ സ്പന്ദനം തിരിച്ചറിയുകയും അവയോടൊപ്പം സഹാനുഭൂതിയോടുകൂടി സ്പന്ദിക്കുകയും ചെയ്യുന്ന മനുഷ്യഹൃദയങ്ങൾ. അത്തരം ഹൃദയമുള്ളവർ സഹൃദയർ എന്ന് അറിയപ്പെട്ടിരുന്ന കാലമുണ്ടായിരുന്നു. സഹൃദയത്വത്തേക്കാൾ ബൗദ്ധികതയ്ക്കും വീണയേക്കാൾ വാളിനും പ്രാമുഖ്യമുള്ള ലോകത്തിൽ കവിത ജീവിതസപര്യയുടെ കേന്ദ്രതലങ്ങളിൽ നിന്നു പുറംതള്ളപ്പെടുന്നത് സ്വാഭാവികം. എങ്കിലും സമാന ഹൃദയരെത്തേടിയുള്ള സർഗ്ഗാത്മകയാത്ര അത് അനുസ്യൂതം തുടർന്നുകൊണ്ടേയിരിക്കുന്നു. സമസ്തജീവജാലങ്ങളും അവയുടെ നിയോഗലക്ഷ്യങ്ങളിലേക്കു നിരന്തരം ചലിക്കുന്നതുപോലെ.

"Poetry is nearer to vital truth than history," എന്ന് പ്ലേറ്റോ എഴുതി. സത്യത്തിന്റെ അഭൗമതേജസ്സ് കവിതയുടെ അന്തർദ്ധാരയായി വർത്തിക്കുന്നതുകൊണ്ടായിരിക്കണം പ്ലേറ്റോ അങ്ങനെ ചിന്തിച്ചത്. അതുകൊണ്ട് സത്യാനന്തരകാലത്തിൽ അഭിരമിക്കുകയോ സത്യാനന്തരഭാഷയുടെ പ്രയോക്താവാകുകയോ അല്ല, മറിച്ച് അവിടെ സത്യത്തിന്റെ ദീപശിഖ വഹിക്കുകയും കൈമാറുകയും ചെയ്യുക എന്നതാണ് കവിതയുടെ ദൗത്യം. ഈ സമാഹാരത്തിലെ കവിതകളും ആ ദൗത്യത്തിൽ പങ്കുചേരുന്നുവെന്ന് അനുവാചകന് അനുഭവപ്പെടുന്നുവെങ്കിൽ അവ വിഫലജന്മങ്ങളല്ല എന്ന ചാരിതാർത്ഥ്യം

കൂടി അതു വഴി സഫലീകരിക്കുമെന്ന പ്രാർത്ഥനയാണ് എനിക്കുള്ളത്.

ഈ സമാഹാരത്തിന് പണ്ഡിതോചിതവും കാര്യമാത്രപ്രസക്തവുമായ അവതാരിക എഴുതിത്തന്ന് ഈ ഉദ്യമത്തെ അനുഗ്രഹിച്ച മലയാളത്തിന്റെ പ്രശസ്ത നോവലിസ്റ്റും കഥാകാരനും ചിന്തകനുമായ സി. രാധാകൃഷ്ണൻ സാറിനോടുള്ള നന്ദിയും സ്നേഹവും ഇവിടെ രേഖപ്പെടുത്തുന്നു. ഇതിന്റെ പ്രസാധനം ഭംഗിയായി നിർവഹിച്ച ഗ്രീൻ ബുക്സിനു നന്ദി.

ജോയ് വാഴയിൽ

അവതാരിക

കവിതയുടെ ക്ഷേമരാഷ്ട്രം

സി. രാധാകൃഷ്ണൻ

ജോയ് വാഴയിൽ എന്ന കവിയുടെ പതിനഞ്ചാമത്തെ കവിതാസമാഹാരമാണ് ഇത്. കവിതകൾക്ക് പുറമേ രണ്ട് നോവലുകളും പ്രമുഖ ഉപനിഷത്തുകളുടെ പദാനുപദ തർജ്ജമയുടെ സമ്പുടം ഉൾപ്പെടെ അഞ്ചു പരിഭാഷാ ഗ്രന്ഥങ്ങളും ലേഖനസമാഹാരങ്ങളും സാഹിത്യലക്ഷണ ഗ്രന്ഥങ്ങളും പരിസ്ഥിതി, മാനേജ്മെന്റ്, വിദ്യാഭ്യാസം, തത്ത്വശാസ്ത്രം എന്നിങ്ങനെ വിവിധവിഷയങ്ങളിൽ പ്രശസ്ത ജേർണലുകളിൽ പ്രസിദ്ധീകരിച്ച ശ്രദ്ധേയങ്ങളായ ഗവേഷണപ്രബന്ധങ്ങളും ഇദ്ദേഹത്തിന്റെ വകയായി ഉണ്ട്.

ഇളയ സഹോദരനായി ഞാൻ കാണുന്ന ഈ കവി എന്നെ ആകർഷിക്കുന്നത് ധിഷണയും സർഗ്ഗശേഷിയും കർമ്മകുശലതയും മൗലികതയും എല്ലാ കറികളിലും പാകത്തിന് വറവിടുന്ന നർമ്മബോധവും സർവ്വോപരി ജന്മസിദ്ധമായുള്ള എളിമയുംകൊണ്ടാണ്. ഇതൊക്കെ കൂടിയാണ് അദ്ദേഹത്തെ വേറിട്ട് നിൽക്കുന്ന ഒരു കവിയാക്കുന്നത് എന്ന് എനിക്ക് തോന്നുന്നു.

കേന്ദ്ര, കേരള സർവീസുകളിൽ അത്യുന്നതസ്ഥാനം വഹിച്ച സമർത്ഥനും സത്യസന്ധനുമായ ഭരണാധികാരി കൂടിയാണ് ഇദ്ദേഹം. കാഴ്ചയിലോ തനി സാധാരണക്കാരനായ ഒരാൾ.

നല്ല കവിതയെഴുതാൻ ഇതൊക്കെ വേണോ എന്നാണ് സംശയം എങ്കിൽ, തീർത്തും പറയാം, ആവാം, ഒട്ടും മുഷിയില്ല. ഇതൊക്കെ ഉണ്ടായാൽ ഒരാൾ കവിയാകുമോ

എന്ന് ചോദിച്ചാൽ പക്ഷേ, ഇതൊക്കെക്കൊണ്ട് മാത്രമായില്ല എന്നേ പറയാനാവൂ. നിരുപാധികവും മായം ചേർക്കാത്തതുമായ സഹസൃഷ്ടിസ്നേഹം കൂടി ഉണ്ടായേ തീരൂ. ഉണ്ട് എന്നതിന് രചനകൾ സാക്ഷ്യങ്ങളും ആകണം.

ഇപ്പറഞ്ഞ നിബന്ധനകൾ അനിവാര്യമെന്ന് ആരാണ് നിശ്ചയിച്ചത് എന്നാണോ? എങ്കിൽ അതും പറയാം: "ശക്തിർ നിപുണതാ ലോകശാസ്ത്രകാവ്യാദ്യവേക്ഷണാത്/കാവ്യജ്ഞശിക്ഷയഭ്യാസ" എന്നാണ് കവിയാകാൻ വേണ്ട യോഗ്യതകളെക്കുറിച്ച് ഋഷിശാഠ്യം.

കവിക്ക് ഇപ്പറഞ്ഞ യോഗ്യതകളൊക്കെ ഉണ്ടോ എന്ന് നോക്കിയിട്ടു വേണോ കവിത വായിക്കാൻ എന്നാവാം അടുത്ത ചോദ്യം. ഇല്ല. കാളിദാസാദികൾക്ക് ഇതെല്ലാം തികഞ്ഞിരുന്നുവോ? രേഖാമൂലം അറിയാൻ മാർഗമില്ല. കാരണം, അവരാരും താന്താങ്ങളുടെ CV എവിടെയും ശ്ലോകത്തിൽ ആക്കി വെച്ചിട്ടില്ല.

പക്ഷേ, അക്കാലങ്ങളിൽ കവിത വായിക്കുന്നവർക്ക് കവിയുടെ മിക്ക അടിസ്ഥാനയോഗ്യതകളുടെയും നിജസ്ഥിതി കവിതയിൽനിന്ന് കണ്ടെടുക്കാൻ വേണ്ട മനഃപാകം വിദ്യാഭ്യാസത്തിന്റെ ഒഴിച്ചുകൂടാനാവാത്ത ഭാഗമായ കാവ്യാനുശീലനത്തിലൂടെ ലഭിക്കുക പതിവായിരുന്നു.

ആ ശീലം ഉണ്ടെങ്കിലേ ആസ്വാദനത്തിന് മികവും തികവും വരൂ എന്നുകൂടി ഉണ്ടായിരുന്നു ഗുരുശാഠ്യം. മലയാളകവിത മാത്രം പരിശോധിച്ചാലും ഇത് തെളിയും. അദ്വൈതത്തിലെ ജീവാത്മപരമാത്മബന്ധം അറിയാവുന്നവർക്ക് നളിനിയുടെയും ദിവാകരന്റെയും ബന്ധം മാത്രമല്ല, മഹാകവി ആശാന്റെ അസ്തിത്വത്തിന് പ്രപഞ്ചജീവനിലേക്ക് നീളുന്ന നാരായവേരുവരെ നളിനീകാവ്യത്തിൽ പ്രത്യക്ഷമായി കാണാനാവും. അതോടെ കവിയും കവിതയും ആസ്വാദകനും ഒന്നാവുകയും കവിതയുടെ മുഴുവൻ ചാരുതയും സുലഭമാവുകയും ചെയ്യും. രാമനുമായി സീതയ്ക്കുള്ള ബന്ധത്തിന്റെ ആഴവും പരപ്പും അനാവരണം ചെയ്യുന്ന സീതാകാവ്യത്തിന്റെ വിമർശവിചാരവും ഇങ്ങനെതന്നെയാണ് വേണ്ടത്. അല്ലാതെ, സീതയുടെ മനോഗതത്തെക്കുറിച്ച്, കവിഹൃദയതാൽപര്യം ശരിയായി അറിയാൻ ആവാതെ, അഞ്ജനമെന്നത്

ഞാനറിയും എന്ന മട്ടിൽ തർക്കയുദ്ധങ്ങൾ നടത്തുന്ന മണ്ടത്തരത്തിലേക്ക് പോവുകയല്ല. ഇനി വേണമെങ്കിൽ ഈ ധാരണ ഉള്ളിൽ വെച്ച് ജോയ് വാഴയിലിന്റെ തന്നെ സീതാപരിത്യാഗവിഷയകമായ രസനീയകൃതി (രാമാനുതാപം) വായിച്ചുനോക്കൂ. 'വാക്യം രസാത്മകം കാവ്യം' എന്നു പറയുന്നതിലെ രസനീയതയുടെ ആഴം എത്ര ആകാം എന്ന് അപ്പോൾ അറിയാം. പറയാതെ പറഞ്ഞു വെച്ചിരിക്കുന്ന ചമൽക്കാരങ്ങളുടെ ചന്തം എത്ര എന്ന് തിരിച്ചറിഞ്ഞ് 'കാവ്യസ്യാത്മാ ധ്വനി' എന്ന മറ്റേ കാവ്യ നിർവചനത്തിന്റെ താല്പര്യവുംകൂടി ഉദാഹരിച്ചു കാണുകയുമാവാം. അത്രയും ഒത്താലോ, പിന്നെ കഥയറിയാതെ ആട്ടം കാണുക എന്ന കഥയില്ലായ്മയിൽ കവികാവ്യാനുവാചകത്രയത്തിൽ ആരുടെയും ജീവിതം പാഴാവില്ല. കഴിഞ്ഞില്ല, മനുഷ്യകഥാനുഗായികളായ കൃതികളുടെ അനുഭവം ശരിയായി ഉണ്ടായിക്കിട്ടിയ ഒരാൾക്ക് പിന്നെ നരജീവിതം ഒരിക്കലും വേദനയാവില്ല. പിന്നെയോ, ഉടനീളം ഉത്സവമായേ തീരൂ.

ഒരു പുഴയെക്കുറിച്ച് ആലോചിക്കുമ്പോൾ അത് എവിടന്ന് ഉത്ഭവിച്ചു എന്നാണ് സ്വാഭാവികമായും ആദ്യചോദ്യം. കാരണം, ഉറവിടമാണ് പ്രകൃതം നിശ്ചയിക്കുന്നത്. എവിടന്നു തുടങ്ങുന്നു എന്നതാണല്ലോ ഗംഗാനദിയുടെ പ്രാധാന്യം. ഹിമാലയശിഖരങ്ങളിലെ കുളിർമഞ്ഞ് ഉരുകി, മദ്ധ്യം പൊട്ടി നുറുങ്ങി വിലസുന്ന ശുദ്ധക്കണ്ണാടിക്കാന്തി ചിതറും നീർ ഗംഗാതാഴ്‌വരയിലെ വേനൽച്ചൂടിന്റെ ദുരിതത്തിലേക്ക് കൊണ്ടുവരുന്നു. സുകൃതികളായ എല്ലാ എഴുത്തുകാരും ചെയ്യുന്നത് ഇതുതന്നെ.

തിരുനാവായ എന്ന ചരിത്രഭൂമിയിൽ ഒരു താമരത്തടാകമുണ്ട്. കുട്ടിക്കാലത്ത് ഞാൻ അതിന്റെ കരയിൽ വെറുതെ ചെന്നുനിൽക്കാറുണ്ട്. ചിലപ്പോൾ ഓരത്തൂടെ നടക്കുകയും ഒത്താൽ പൂക്കൃഷിക്കാരുടെ തോണിയിൽ സഹായിയായി കയറിക്കൂടുകയും ചെയ്യാറുമുണ്ട്. തികഞ്ഞ ചന്തവും പ്രൗഢിയും ഉള്ളത് ആഴം ഏറ്റവും കൂടിയ ഭാഗത്തെ താമരയുടെ പൂവിനാണ് എന്ന കാര്യം എനിക്ക് അന്നേ ബോധ്യമാണ്. മാത്രമല്ല എല്ലാം താമര തന്നെ എന്നാലും ഏതെങ്കിലും രണ്ട് പൂവിന് ഉള്ളത് ഒരിക്കലും ഒരേ ഭംഗിയും ഭാവവും ആവില്ല എന്നും.

കൈക്കുടന്നയിൽ കടലിരമ്പം കേൾപ്പിക്കാൻ കഴിയുന്നതുകൊണ്ടാണ് ആകാരത്തിൽ അണുവായ ഉപനിഷത്ത്

മഹാകാവ്യമാകുന്നത്. അതിനാൽ നമുക്ക് ഒന്ന് പരീക്ഷിച്ചു നോക്കാം: ഈ ചെറിയ പൂച്ചെണ്ടിലെ ഏതെങ്കിലും പൂവിന് പ്രപഞ്ചമഹാരഹസ്യത്തിന്റെ കസ്തൂരിഗന്ധം ഇല്ലാതെ ഉണ്ടോ?

ഉപനിഷത്തുകളും സെൻ സൂക്തങ്ങളും പോലെ ഇരിക്കുന്നു മിക്ക രചനകളും:

ഭൂമിയിൽ സ്വർഗ്ഗമറിഞ്ഞ മനസ്സുകൾ
പോകുന്നിടമേ സ്വർഗ്ഗം.

(സ്വർഗ്ഗീയം)

എവിടെ, എന്താണ് സ്വർഗ്ഗം എന്ന ചോദ്യത്തിന് ഉത്തരമായി ഇതിലും ചെറിയ ഒരു ക്യാപ്സ്യൂൾ ഇന്നേവരെ ആരും സങ്കൽപ്പിച്ചിട്ടില്ല. അത്തരം ആശയങ്ങളാൽ സമ്പുഷ്ടമാണ് ഈ സമാഹാരം. നോക്കൂ:

ഞാൻ വളർന്നൊരു മായാവിടപിയായ്
ദ്യോവിൽ താരകപ്പൂക്കളണിയവേ,
ഞാനതിൻ സ്നേഹബാഷ്പകണങ്ങളായ്,
ജീവവർഷമായ് മണ്ണിലലിയവേ,
ഞാനറിയുന്നു നിന്നിലാകുന്നു ഞാൻ,
ഞാനറിയുന്നിതെന്നിലാകുന്നു നീ.
ഞാനറിയുന്നു നീ തന്നെയാണു ഞാൻ,
ഞാനറിയുന്നു ഞാൻ തന്നെയാണു നീ.
നീയുമായതറിയുന്ന നാളിൽ നാം
നമ്മളാകു,മറിഞ്ഞിടും നമ്മളെ.

(എന്നെ അറിയാൻ)

തടങ്കലിതറിയുന്നേൻ,
അറിവല്ലോ വിമോചനം,
തടസ്സങ്ങൾ തകരുന്നതറിവിലല്ലോ.

(സമയാകാശം)

ഒന്നു കാണുവാനെങ്ങു ഞാൻ നോക്കണം?
ഒന്നു കേൾക്കുവാനെങ്ങു ഞാൻ പോകണം?

(നോക്കുക, പോവുക)

ജീവനെ തളിർപ്പിക്കും വൃക്ഷവാഴ്വിനോ, രാജ്യ
ഗോപുരം ചുമക്കുന്ന തൂണിനോ മഹാഭാഗ്യം?

(ഭാരവാഹികൾ)

‘ആനത്താരിയും എറുമ്പുചാലും’ പോലെ, ഒരു ബാല കവിതയോളം ലളിതമായ, ഗഹനാഖ്യാനങ്ങളും കൂടെ ഉണ്ട്.

തുടി കൊട്ടി പാടുന്ന പാണന്റെ ഐതിഹ്യത്തിലേക്ക് പുരാവൃത്തകുതൂഹലത്തോടെ കടന്നുചെന്നാലുള്ള കാഴ്ച കളും ലഭ്യമാണ്.

(പാണന്റെ യാത്ര)

ആഗോളദുഃഖ ഉപശാന്തിക്കുള്ള താല്പര്യത്തോടെ പരമഹംസത്രയത്തെ കണ്ടെത്തുന്നു.

(പരമഹംസത്രയം)

വേദന വിതുമ്പുന്ന സുഷിരങ്ങളിൽ നിന്നേ
നാദസായുജ്യം കിനിഞ്ഞന്തരീക്ഷത്തിൽ ചേരൂ.

(സ്നേഹമുനകൾ)

എന്ന വരികളിൽ

‘നോവു തിന്നും കരളിനേ പാടുവാ-
നാവൂ സാന്ദ്രമധുരമായാർദ്രമായ്.’

എന്ന പൂർവികനിലപാടിനെ അറിഞ്ഞോ, അറിയാതെയോ പിൻപറ്റുന്നു.

കവികൾ ഗുരുനാഥന്മാർ കൂടിയാണ് എന്നത് ഈ കവിയും സ്വന്തം ആത്മാവിൽ അറിയുന്നു. സാമൂഹ്യപാഠ ങ്ങൾ വൈകാരികമായി പഠിപ്പിക്കാൻ ദൃഷ്ടാന്തകഥകൾ ഇദ്ദേഹവും പറയുന്നു: ‘തേനീച്ചയും ചിലന്തിയും’ പോലെ.

നേരിന്റെ നന്മയും വാക്കിന്റെ മേന്മയും
നെല്ലിക്കയാണത് പാവം!

(നെല്ലിക്കമധുരം)

പിൻപേമാത്രം മധുരിക്കുന്ന നെല്ലിക്കയെക്കുറിച്ച് അടുക്കളയുടെ മൂലയിൽ ഒതുങ്ങിനിന്ന് വെറുതെ ഊറി ച്ചിരിക്കാനും സമയം കാണുന്നു.

‘Old order changeth...’ എന്ന് ഒരു ആംഗലേയ കവി പണ്ട് പാടിയതിന് ആധുനികന്റെ തുടർച്ച ഇങ്ങനെ:

മറക്കാ ഞങ്ങൾ പൈതൃകം
മഹത്തായതു സർവ്വവും,

കരിങ്കുത്തുകൾ മാറ്റേണ്ട
കർത്തവ്യം നിറവേറ്റവേ.

(പൈതൃകം)

ആലോചനാമധുരവും ഹൃദ്യവുമാണ് 'നക്ഷത്രങ്ങൾ കൊഴിയുമ്പോൾ' എന്ന രചന. അനന്തകോടിയുഗങ്ങൾ നീണ്ട പ്രപഞ്ചകാലത്തെ സൂപ്പർ ഫാസ്റ്റ് മോഷനിൽ ഓടിച്ചു കാണിക്കുകയാണ് കവി. പ്രപഞ്ചത്തിന്റെ അവസാനം അടുക്കുന്നു. നക്ഷത്രങ്ങൾ കൊഴിയാൻ തുടങ്ങുന്നു. കവി അറിയുന്നു:

ക്ഷരനിബദ്ധമാണിങ്ങു സമസ്തമെ-
ന്നിരവു മണ്ണിന്റെ മെയ്യു മൂടുമ്പൊഴും
വരിക നിങ്ങൾ, വെളിച്ചം തിരയുന്ന
മിഴികൾ കാണുമിങ്ങപ്പൊഴു,മെപ്പൊഴും.

ഒരു മനുഷ്യായുസ്സിലെ മുഴുവൻ ആശയദാരിദ്ര്യത്തിനും പരിഹാരമാകാൻ ഈ നാലു വരി ധാരാളമല്ലേ?

കറുത്ത ഫലിതമാണ് നിർമ്മിതബുദ്ധിയെക്കുറിച്ചുള്ള കവിത. ആർത്തിമൂത്ത മനുഷ്യൻ തന്റെ സുഖത്തിന് തന്റെ അവയവങ്ങൾ പോരാഞ്ഞ് രാക്ഷസീയയന്ത്രങ്ങളും ശക്തികളും കൈവശപ്പെടുത്തി സർവ്വനാശത്തിലേക്ക് പോകുമ്പോൾ വിശ്വപ്രകൃതിയുടെ ആത്മാവ് അവനെക്കൊണ്ട് കൃത്രിമബുദ്ധി നിർമ്മിപ്പിക്കുന്നു അതുകൊണ്ട് അവൻ ഒന്നുകിൽ സിദ്ധികൂടിക്കൊള്ളും, അല്ലെങ്കിൽ നേർവഴി കാണും എന്ന ഉറപ്പോടെ തന്നെ! (നിർമ്മിതബുദ്ധി)

ഈ സമാഹാരത്തെപ്പറ്റി പറയാവുന്നതൊക്കെ പറഞ്ഞുകഴിഞ്ഞു എന്ന് ധരിക്കരുത്. ഒരു കവിതയിൽ വിതയ്ക്കപ്പെട്ട വിത്തുകൾ നമ്മിൽ മുളയ്ക്കുന്നത് ചിലപ്പോൾ നാം മരണശയ്യയിലാകുമ്പോഴായേക്കാം എന്നു പറയപ്പെട്ടിട്ടുണ്ട്. പോരാ, മനസ്സിൽ കിടന്ന് അലിഞ്ഞലിഞ്ഞ് ലയിക്കുന്ന ചിലതിന്റെ പരമമായ സ്വാദ് എന്തെന്നറിയാൻ ചിലപ്പോൾ വാഴ്വിന്റെ നിർവഹണസന്ധിയിലും നമുക്ക് ഒത്തില്ല എന്നുപോലും വരാം.

സത്യാനന്തരകാലത്തിന് അപ്പുറവും പ്രപഞ്ചം ഉണ്ടാകും എങ്കിൽ അത് ഈ കവിതപോലെയുള്ള രചനകൾ കണ്ടവരുടേതു മാത്രമാകും എന്ന കാര്യം സാമാന്യബുദ്ധിയുള്ളവർക്ക് വളരെ എളുപ്പത്തിൽ ബോധ്യമാകും.

ഈ കവിയുടെ ഈറദ്യശരചനകളുടെ ഒഴുക്കിന്റെ ദിശാമുഖവും സൗകുമാര്യവും മലയാളഭാഷയ്ക്ക് ഇനിയും തിളക്കം കൂട്ടുമല്ലോ എന്നോർത്ത് നമുക്ക് തീർച്ചയായും സന്തോഷിക്കാം.

കവിക്കും എക്കാലത്തെയും വായനക്കാർക്കും എല്ലാ മംഗളങ്ങളും നേരുന്നു.

■

സ്വർഗ്ഗീയം

മുകുളിതകരനായ് സ്വർഗ്ഗകവാടോ-
ന്മുഖനായല്ലോ നിൽപ്പൂ,
പ്രവേശനത്തിന്നനുമതി തേടി
പ്രതീക്ഷയോടാ ഭക്തൻ.
വഴിപാടെത്ര കഴിച്ചൂ, ദുഷ്കര-
വഴികളിലെത്ര നടന്നൂ,
പലവഴി നേടിയ ധനമൊട്ടേറെ-
പ്പരമപിതാവിനുമേകീ,
ഒരിക്കലിങ്ങു വരുമ്പോൾ വാതിലി-
നകത്തു കയറാൻ മാത്രം.
രസീതെടുക്കാൻ സാധിച്ചില്ലാ
മൃതിയുടെ കാർക്കശ്യത്താൽ.
അതെന്തിനെല്ലാമിവിടെക്കാണും,
അതല്ലിയേവരുമോതീ.
കള്ളപ്പണമെന്നായ് ചില,രീശനെ
സ്വർണ്ണം പൂശിയ നേരം.
അവ്യയനിഷ്ടം സ്വർണമതെന്നാ-
ണടുത്ത സേവകരോതീ.

അലകളുലഞ്ഞൊരിളങ്കാറ്റെത്തീ,
അലൗകികദ്യുതി ചിന്നീ.
പരമോദാരസുമോഹനമലരുകൾ
പരിമളമെങ്ങും വീശീ.
മൃദുലം മൃദുലയരണിതമഭൗമം,
മധുരം നാദതരംഗം.

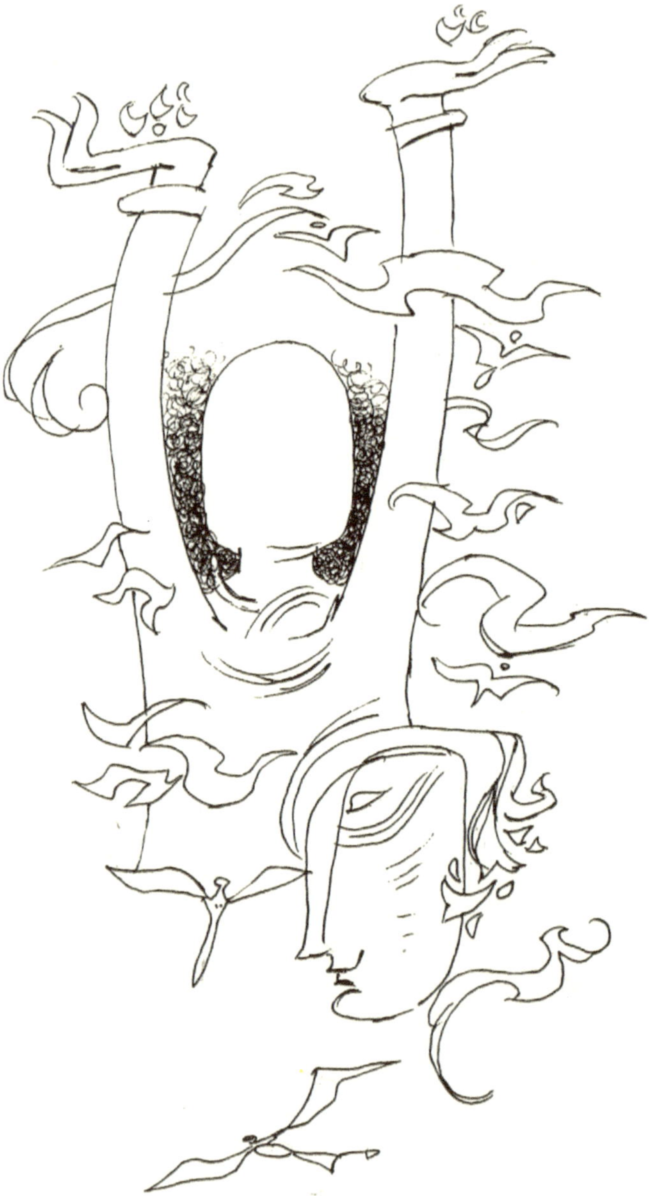

അല പോൽ ഹൃദയം പുളകിതമാക്കിടു-
മസുലഭവാണീനടനം
ഉയരുകയാണതു, വെള്ളിനിലാവൊളി
ഒഴുകുകയാണു പരക്കേ.
സ്വർഗ്ഗം ദേവമനസ്സാണതിലേ-
യ്ക്കാകർഷിതനാണെങ്കിൽ,
പ്രശാന്തവിസ്മയമതിലേക്കെത്തുക,
പ്രദീപ്തമാക്കുക ചിത്തം.
നന്മ നിറഞ്ഞ മനസ്സുകളാണതിൽ
ഉണ്മ കലർന്നു ലയിപ്പൂ.
നക്ഷത്രങ്ങളുദിക്കുമിടങ്ങളി-
ലക്ഷതവെണ്മ ധരിപ്പോർ.
ഗോപുരമില്ലൊരു വാതിലുമില്ലിവി-
ടാരും കാവലിനില്ല.
സൗമ്യമനസ്സുകളെല്ലാമതിലേ-
യ്ക്കണയും സഹജാകർഷം.
അറിയാതൊഴുകും കാനനനിർഝരി
അലകടലിന്നകമണയാൻ.
വേണ്ട രസീതുകളൊന്നും, ദേവനു
വേണ്ടതു സുമനസ്സല്ലോ.
ഭൂമിയിൽ സ്വർഗ്ഗമറിഞ്ഞ മനസ്സുകൾ
പോകുന്നിടമേ സ്വർഗ്ഗം. ■

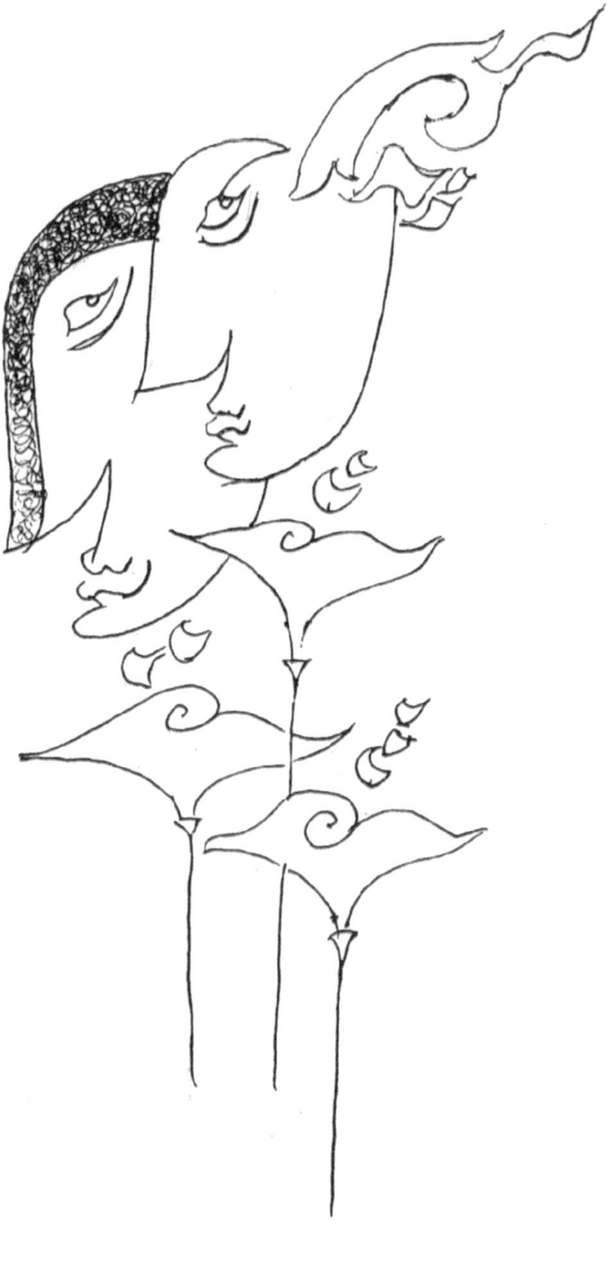

എന്നെ അറിയുവാൻ

എന്നെ ഞാനായറിഞ്ഞിടാനെന്തിനായ്
പിന്നെയും ശ്രമിക്കുന്നു നീ, പിന്നെയും?
എന്നെ ഞാനായറിഞ്ഞില്ല ഞാനുമേ,
പിന്നെ നീയതറിയുന്നതെങ്ങനെ?
എന്നിലുണ്ടു ഞാൻ, ഞാനിൽ ഞാനുണ്ടതിൽ
പിന്നെയുണ്ടു ഞാൻ, ഞാനിൽ ഞാൻ പിന്നെയും.
എന്നിലങ്ങനെ ഞാനായനന്തമായ്
എന്നിലേറ്റവും സൂക്ഷ്മസ്വരൂപമായ്
ഞാനുറക്കമാണെന്നിലനാദിയായ്,
കാണുമെങ്ങനെ ഞാനായ സത്യത്തെ?

എന്നെ ഞാനായറിഞ്ഞിടാനെന്തിനായ്
പിന്നെയും ശ്രമിക്കുന്നു നീ പിന്നെയും?
ഞാനുണർന്നു പിറന്നതായുണ്ടൊരു
ജ്ഞാനവൃക്ഷമതിൻ വൃക്ഷമാണു ഞാൻ;
ഞാനുയരു,ന്നതിന്റെയും വൃക്ഷമായ്,
ഞാനനന്തതാശ്രേണിയായ് മാറുന്നു.
ഞാൻ വളർന്നൊരു മായാവിടപിയായ്
ദ്യോവിൽ താരകപ്പൂക്കളണിയവേ,
ഞാനതിൻ സ്നേഹബാഷ്പകണങ്ങളായ്,
ജീവവർഷമായ് മണ്ണിലലിയവേ,
ഞാനറിയുന്നു നിന്നിലാകുന്നു ഞാൻ,
ഞാനറിയുന്നിതെന്നിലാകുന്നു നീ.
ഞാനറിയുന്നു നീ തന്നെയാണു ഞാൻ,
ഞാനറിയുന്നു ഞാൻ തന്നെയാണു നീ.
നീയുമായതറിയുന്ന നാളിൽ നാം
നമ്മളാകു,മറിഞ്ഞിടും നമ്മളെ. ■

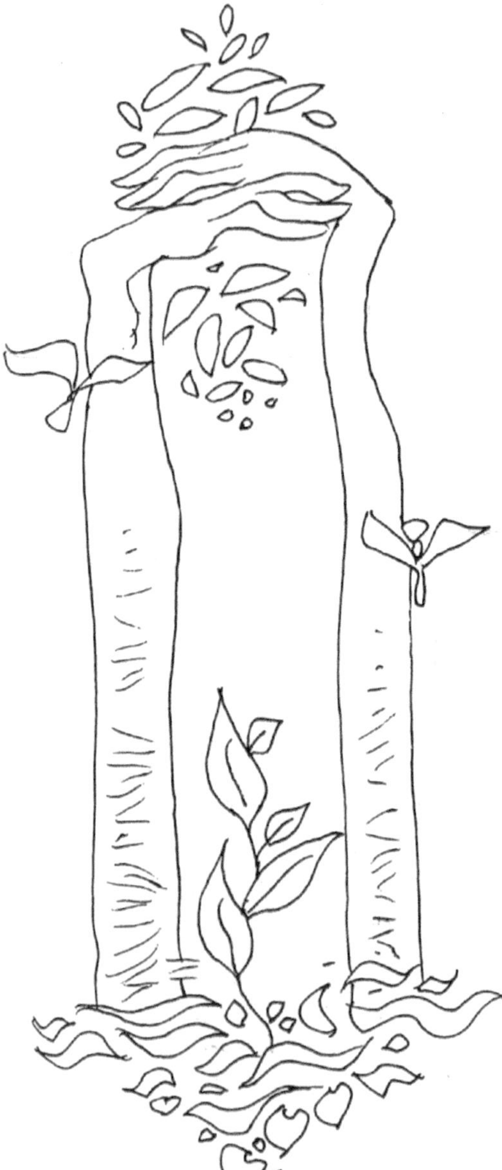

ശത്രുക്കളില്ലാത്തവർ

മേഘങ്ങൾക്ക് ശത്രുക്കൾ ഉണ്ട്.
പർവ്വതങ്ങൾ അവയെ തടയുന്നു.
പക്ഷേ, അതുകൊണ്ടാണ്
ജീവജാലങ്ങൾക്കു
മഴ ലഭിക്കുന്നത്.

അരുവികൾക്ക് ശത്രുക്കൾ ഉണ്ട്.
പാറക്കൂട്ടങ്ങൾ അവയെ വീഴ്ത്തുന്നു.
പക്ഷേ, അങ്ങനെയാണ്
കമനീയമായ ജലപാതങ്ങൾ
ഉത്ഭവിക്കുന്നത്.

സസ്യങ്ങൾക്ക് ശത്രുക്കൾ ഉണ്ട്.
പക്ഷികൾ അവയുടെ പഴങ്ങൾ തിന്നുതീർക്കുന്നു.
പക്ഷേ, അങ്ങനെയാണ്
അവയുടെ വിത്തുകൾ
വിതരണം ചെയ്യപ്പെടുന്നത്.

ശത്രുക്കളും
ജീവിതോപകാരികളായേക്കാം.
അപ്പോൾ അത്തരം ശത്രുക്കൾ
സർഗ്ഗസൃഷ്ടിയുടെ ഭാഗമാകുന്നു.

അങ്ങനെയല്ല, ശത്രുക്കൾ തികച്ചും
ലോകോപദ്രവകാരികൾ ആണെന്നിരിക്കട്ടെ.
അത്തരത്തിലുള്ള ശത്രുക്കളില്ലാത്തവർ,
സ്വാർത്ഥമതികളായ ഭീരുക്കളല്ലേ?

ശത്രുക്കളില്ലാത്ത മറ്റൊരു കൂട്ടരുണ്ട്.
അവർ ജീവിതത്തിൽ ഒന്നുംതന്നെ ചെയ്യാത്ത
നിഷ്ക്രിയനിർഗുണന്മാരാണെന്ന്
അവരൊഴികെ എല്ലാവരും
അറിയുന്നുണ്ട്.
അതിനാൽത്തന്നെയാണ്
അവർക്കു ശത്രുക്കളില്ലാത്തതും.

ശത്രുക്കൾ ഇല്ലാത്ത വേറൊരു വിഭാഗം
അജാതശത്രുക്കളാണ്.
ശത്രുക്കളാവാൻ സാധ്യതയുള്ളവരെ
അവർ ജനനത്തിനു മുമ്പേ
ഉന്മൂലനം ചെയ്യുന്നു.
അവർ രാക്ഷസീയരാണ്.

ശത്രുക്കൾ ഇല്ലാത്തവരിൽ
ഇങ്ങനെ നാലു തരക്കാരുണ്ട്.
അതിൽ അവർ അഭിമാനിക്കാറുമുണ്ട്.

ഇനി പറയൂ:
സർഗ്ഗവിരോധികൾക്കും,
സ്വാർത്ഥമതികളായ ഭീരുക്കൾക്കും,
നിഷ്ക്രിയനിർഗ്ഗുണന്മാർക്കും,
രാക്ഷസീയർക്കും അവകാശപ്പെട്ട ആ ബഹുമതി
നിങ്ങൾക്കും വേണമോ എന്ന്. ■

ജലപാതത്തിന്റെ ചിരി

ഉയരങ്ങളിൽ നിന്നു വീണുപതയുമ്പൊഴും,
ഉയിരിൽ തുടിക്കുന്ന കാടു തേങ്ങുമ്പൊഴും,
ചിരിയെന്തു, ചിരിയെന്തു, ജലപാതമേ, നിന്റെ
കരളിലെ കനവെന്തു, കാടിന്റെ പുണ്യമേ!!

വീഴ്ചയിലാഹ്ലാദമേലുന്ന വിസ്മയ-
ചിത്തം നിനക്കാരു തന്നൂ? കിനാവിന്റെ
വല്ലരിയായിരുൾക്കാട്ടിൽ പടരുവാൻ,
വേരുകൾ, തണ്ടുകൾ, ചില്ലകൾ, പൂവുകൾ,
ഇച്ഛകളേതൊരു നക്ഷത്രനോവിൽ നീ
മുത്തണിച്ചിപ്പിയായ് തീർത്തൂ?

നിൻ
നിനവിൽ തുടിച്ച നാദപ്പെരുക്കങ്ങളിൽ,
നിഴൽവെളിച്ചങ്ങൾ തൻ നിറമണ്ഡപങ്ങളിൽ,
നിത്യനിദാഘമരുപ്പച്ചകൾ രാഗ-
നീർമാതളങ്ങളൊരുക്കുന്നിടങ്ങളിൽ,
നിന്റെ ബോധോദയസൗമ്യസങ്കീർത്തന-
മുയരുന്നുവോ, വിണ്ണിലലിയുന്നുവോ, രക്ത-
ധമനികൾ ചെറുചൂടിലുണരുന്നുവോ, വിഷ-
കണികകളറിയാതെയറിയാതെ പ്രച്ഛന്ന-
മണുപടലമുള്ളിലൊരുക്കുന്നുവോ, സ്വര-
ലാസികേ, ഭാവവിലാസികേ, നിർമ്മലേ!

ശിലകളിൽ വീണടിഞ്ഞാർദ്രം പതറുവാൻ,
തലതല്ലിയിടറിച്ചിതറിയടരുവാൻ

കുതികൊള്ളുമോമലേ, മോഹച്ചിറകുകൾ
പലതായൊടിഞ്ഞിരുപുറവുമായ് തൂങ്ങവേ,
കരയുവാനറിയാതെ, കാടിന്റെ ദൈന്യവും
തരുനിരകൾ തന്നാത്മഭീതിയും തറയുന്ന
കുരിശുകൾ നീളെയുയർന്ന വഴികളിൽ
നിലയാണു ജീവിതത്താൾകൾ കുറിക്കുന്ന
സ്ഥലകാലവിഭ്രമം, വിധികാലഭീഷണം,
കെടുകാലദർപ്പണം, ഗതകാലമാരണം.

ഇനിയെത്ര രാവുകൾ, ഇനിയെത്ര നോവുകൾ,
ഇനിയെത്ര കല്ലുകൾ, മുള്ളുകൾ, പല്ലുകൾ.
ഇനി നീ കടക്കുന്ന ചുടുകാടുകൾക്കുള്ളിൽ
കരിയുന്നതെത്ര ശവങ്ങൾ, ശിരസ്സുകൾ.
അലറുന്ന വന്യതകൾ, ഉലയുന്ന ഹൃദ് വ്യഥകൾ,
ഇളയെപ്പിളർത്തിടുമഗ്നിശൈലപ്പകകൾ.
അലറിക്കുതിച്ചു പാഞ്ഞെത്തുന്നൊരുൽക്കകൾ,
മുകിലിന്റെ ദീനമാമാർത്തനാദങ്ങളും.
ഇനി നീ കുതിക്കുന്ന മേടുകളിൽ വിടപികളിൽ
പതിയിരിപ്പെത്ര കഴുകന്മാർ.

അതിനപ്പുറം വീണ്ടുമതിനപ്പുറം നീല-
ഗഗനമുണ്ടോമലേ, നീയതു കണ്ടുവോ?
അവിടെക്കടലിന്റെ നീലഞൊറികളിൽ
ഉരുകിത്തിളച്ച ചൈതന്യക്കതിരുകൾ
പുണരുന്ന പൂർവ്വദിക്കിന്റെ കവിൾത്തടം
പുളകാർദ്രഭാവനാരംഗമൊരുക്കവേ,
ഇരുവശവുമെത്തി മാൻപേടകൾ നിൻ സ്വര-
മരുമയായ് കാതോർത്തു നിൽക്കേ,
തരളമാം ഗീതികൾ തരുശാഖകൾ തോറും
അനവദ്യരാഗമുണർത്തിടുമ്പോൾ,
മിഴികളങ്ങർപ്പിച്ചു, മനമുണർന്നർച്ചിച്ചു,
ധരയെപ്പിളർന്നു നീ പോകേ,
തവ മുടിയിഴകൾ വല്ലരികളിൽ പൂവുകൾ

നറുനിലാസ്മേരം പൊഴിക്കേ,
താഴേയ്ക്കു താഴേയ്ക്കു പോകുന്ന നീയാണു,
നീയാണു വാഴ്‌വിന്റെ സത്യം,
നീയാണു വാഴ്‌വിൻ പ്രഹർഷം.
നീയേ ചിരിക്കുന്നതെന്നിലെന്നോമലേ,
നിത്യം പുലരിയോടൊപ്പം. ■

രവീന്ദ്രഗീതം വീണ്ടും

ഒരുകാലമടിമത്തമുണ്ടായിരുന്നുപോൽ
ഒരുകാലമടിമത്തമെന്റെ നാട്ടിൽ.
ഒരുകാലമന്നിങ്ങുദിച്ചു വിഭാകരൻ
കരിമേഘക്കാറിനാൽ കണ്ണുപൊത്തി,
പതിതരാം പാവങ്ങൾ തൻവിലാപങ്ങളാൽ
പതറും മനസ്സുമായ് വിണ്ണിലൂടേ,
അണയുമാറുണ്ടെന്നു,മായവർ സടകുട-
ഞ്ഞുണരും പ്രഭാതവും കാത്തുകൊണ്ടേ.

ഒരുനാളിലൊരു വെൺപുലരിയിൽ സൂര്യന-
ന്നൊരു പാട്ടുകേട്ടു തുറന്നു കൺകൾ.
ഗഗനമാർഗത്തിൽ കിളിക്കൊഞ്ചലായൊരു
മധുരമാം ഗീതം* പടർന്നുപാറി.
കവിതയിൽ വിലയിച്ച ജനകോടികൾക്കൊപ്പം
രവിയും ശ്രവിച്ചൂ രവീന്ദ്രഗീതം:

> "എവിടെ മനസ്സുണർന്നീടുന്നു നിർഭയം,
> എവിടെ ശിരസ്സുയരുന്നു നേരേ,
> എവിടെയറിവ് സ്വതന്ത്രമായ് വാണിടു-
> ന്നെവിടെയെൻ ലോകം ശിഥിലമല്ലാ..."**

---

* രവീന്ദ്രനാഥടാഗോറിന്റെ ഗീതാഞ്ജലിയിലെ 'മനസ്സ് ഭയമില്ലാത്തിടത്ത്' എന്ന ഗീതകം 1910-ൽ എഴുതിയതാണ്. സ്വാതന്ത്ര്യത്തിന്റെ എഴുപത്തി യഞ്ചാംവർഷത്തിൽ അതിനെ അനുസ്മരിച്ച് എഴുതിയ കവിത.

** ടാഗോറിന്റെ ഗീതകത്തിലെ വരികൾ

ഉയരുന്ന ഗീതകം, ഉണരുന്ന മാനസം,
ഉയിരിൽത്തുടിച്ചതാം സ്പന്ദനങ്ങൾ.
ഉണരുന്ന നാടിന്റെ ഹൃദയത്തുടിപ്പുകൾ
രണഭേരിയായി മുഴങ്ങിയപ്പോൾ,
കവിയുടെ ചോദന മന്ത്രിച്ചു, കാറ്റിനും
കടലിനുമുള്ളം കുളിർത്തുപോകേ.
"ഉണരുമാറാകട്ടെ, സ്വാതന്ത്ര്യസ്വർഗ്ഗത്തി-
ന്നണിയിലേക്കെന്റെ നാടെൻ പിതാവേ!"

ദശകങ്ങൾ പോയ്, നാടു കുതികൊണ്ടു സ്വാതന്ത്ര്യ-
ദശയി,ലൊട്ടേറെച്ചരിച്ചു കാലം.
എഴുപത്തിയഞ്ചിലെത്തുമ്പൊഴുതാകാശ-
ത്തെഴുനെള്ളി പിന്നെയുമക്കവീന്ദ്രൻ.
പഴയതുപോലൊരു പ്രാർത്ഥനാഗീതമ-
ല്ലഴലിന്നിരമ്പമാം കേട്ടതപ്പോൾ.
"പറയുകെൻ നാടേ, പറയുക, നിർഭയ-
നിറവെഴും മാനസമെങ്ങു നാട്ടിൽ?
എവിടെയുയർന്ന ശിരസ്സു കാണ്മാ,നറി-
വെവിടെ സ്വതന്ത്രമായ് പാറിടുന്നൂ?
എവിടെ മതിലുകളില്ലാത്ത ലോകമി-
ങ്ങെവിടെ ശൈഥില്യമെഴാത്ത ലോകം?
എവിടെയാണെന്നുടെ സ്വാതന്ത്ര്യസ്വർഗമി-
ങ്ങെവിടെയെൻ നീതി തൻ രാജദണ്ഡം?
പകയാർന്ന വർഗങ്ങൾ, വിഷമതക്കെടുതികൾ-
പകലോനും ഭയമാണിങ്ങെത്തിനോക്കാൻ.
അധികാരവാഞ്ഛകൾ, വൈരങ്ങൾ നാടിനെ
രുധിരാഭിഷിക്തയായ് മാറ്റിയില്ലേ?
ഇവിടെയെൻ സ്വപ്നശവകുടീരങ്ങളിൽ
കവിതകൾ പൂക്കളായ് വയ്ക്കുകിലും
അവയിങ്ങു വീണ്ടും കിളിർക്കുമോ? ചില്ലക-
ളവയിൽ തളിർക്കുമോ? പൂവിടുമോ?
എവിടെയെൻ സ്വാതന്ത്ര്യസ്വർഗമെന്നാത്മാവി-
നെവിടെയാണഭയമാനന്ദലോകം?" ■

അക്ഷരതാളങ്ങൾ

അക്ഷരത്തുള്ളികളാർത്തു പെയ്തീടുന്ന
മഴ തന്നിരമ്പമൊരു തീർത്ഥാടനസ്വര-
നിർവൃതി ചൂഴുന്ന താളം.
നോക്കൂ, തിളയ്ക്കുന്ന ചിത്തഭാവങ്ങളിൽ,
മാരി തീർക്കുന്നുവോ, നീതി തൻ ചോരയിൽ
നിന്നും പടർന്ന മഹാസംഗരത്തിന്റെ
മന്ദ്രപെരുമ്പറമേളം?

ശൃംഗാരഹാസ്യകരുണരൗദ്രങ്ങളായ്,
വീരഭയാനകബീഭത്സശാന്തമായ്,

അത്ഭുതം ചൂഴുന്ന വാഗ്വൈഭവങ്ങളായ്,
മേഘങ്ങൾ, ഭാവയിത്രിപ്രതിഭ തേടുവോർ,
തൂവും മഴയുടെ വ്യഞ്ജകാനുക്രമ-
നിത്യനാദോത്സവം കേൾക്കൂ...

തുള്ളികൾ വീഴുന്നു കർണ്ണപുടങ്ങളിൽ,
മുള്ളുകൾ ചൂഴുന്ന പുഷ്പദലങ്ങളിൽ,
നിർമ്മലസ്വച്ഛമാം പല്ലവക്കുമ്പിളിൽ,
കർമ്മകാണ്ഡങ്ങൾ തൻ വേർപടലങ്ങളിൽ.
വീണടർന്നുണ്മ തൻ ചുംബനമേൽക്കവേ
വ്യംഗ്യതാളങ്ങൾ ചിതറുന്നു, വാങ്മയ-
മാത്മാവിലേക്കു പടർന്നനുഭൂതിയാ-
യാർദ്രനിലാവിൻ വിശുദ്ധിയാർന്നൊരു കൊച്ചു-
പൂഞ്ചോലയായൊഴുകുന്നൂ...

താളങ്ങൾ കുഞ്ഞലകളായ് സംലയിച്ചുണർ-
ന്നാതിരയൊരുക്കവേ, നവരസവാത്സല്യ-
ദുഗ്ധം ചുരത്തുന്നു പ്രകൃതിസ്തനങ്ങൾ.
അലസമായ് ചുവടുകൾ നൃത്തമാകുന്നതും
അരുവിയായ് കനവുകൾ
ഒഴുകിയെത്തുന്നതും
അറിയുന്നു സൂര്യനും കടലും.

കാട്ടിൽ മുളങ്കാടുലാവുന്നു, മർമ്മരം
കാറ്റിന്റെ കിന്നാരമാവുന്നു, മുളകളെ
കാത്തിരിക്കുന്നൊരു സ്വപ്നം, - മുരളികാ-
സ്വരലയമോഹനസ്വപ്നം.
പവിഴാധരങ്ങളിൽ ചേരും മുളന്തണ്ടി-
ലുറയുന്ന നാദഗന്ധർവ്വം.
വെറുതെയെന്നോർക്കിലും ജീവന്റെ നാമ്പുകൾ
കരുതിയ ലാവണ്യപൂരം.

ഭാവനഭസ്സിൽ പുലരിക്കതിരെഴും
ഭാസുരവേള വിരളമനോഹരം.

വെട്ടി മുളവടി തീർക്കുവാനായുന്ന
വാൾവീശലിന്റെ സീൽക്കാരത്തിനപ്പുറം
കാത്തിരിക്കുന്നൊരു സ്വപ്നം, മുരളികാ-
സംഗീതസാന്ത്വനപർവം.
പവിഴാധരങ്ങളിൽ ചേരും മുളന്തണ്ടി-
ലുറയുന്ന നാദഗന്ധർവം.
താളമായ്, പുനരെതിർതാളമായ്, ശൂന്യഹൃ-
ത്താളമായ് കവിത വിതയാകേ,
ഇരുളുകീറുന്നൂ വെളിച്ച,മാ വെൺമയിൽ
വിടരുന്നു ചിന്തയും ചിത്തും. ■

ആനത്താരിയും എറുമ്പുചാലും

വരിവരിയായുമിടയിൽ ചിതറിയും
പരതിയും മുന്നോട്ടു നീങ്ങുന്നെറുമ്പുകൾ.
അകലെയുണ്ടാകാശ,മവിടെയുണ്ടൊരു സൂര്യൻ,
അരികിലുണ്ടേറെക്കിടങ്ങുകൾ, കുന്നുകൾ.
ഇടിവെട്ടിലാകെക്കിടുങ്ങി വിറച്ചവൻ
തടിൽമേഘക്കാട്ടിലൊളിച്ചുവോ ഭാനുമാൻ?

എങ്ങുമശാന്തത തൻ നെരിപ്പോടുകൾ
തിങ്ങുന്ന ചിന്ത പുകയുന്നുവെങ്കിലും,
ഒരുമയൊന്നേ മഹാധ്വാന,മുലക്കയും
ഒരുമയ്ക്കു ചേർന്ന മഹാമഞ്ചമല്ലയോ?
പടയാണു നേതാക്കൾ തങ്ങളി,ലങ്ങിങ്ങു
കിടമത്സരങ്ങളുണ്ടണികളിലെങ്കിലും,
നവഭാസമാനമെറുമ്പുലോകത്തിനായ്
അവരിലുണരുമാറുണ്ടു കിനാവുകൾ.
ഒരുപാടു വീരേതിഹാസങ്ങൾ മണ്ണിതിൽ
വിരചിച്ച സംസ്കാരസാരഥിമാരവർ.
കാലപ്രവാഹത്തിനൊപ്പം കുതിക്കുന്ന
കാലാതിവർത്തികളായൊരെറുമ്പുകൾ,
അണിചേർന്നു നീങ്ങുവാനാർജ്ജിച്ച ലക്ഷ്യമൊ-
ന്നകലെയു,ണ്ടിന്നലെ ചത്ത ശലഭമായ്.

പടയണിമാർച്ചു പോൽ നീങ്ങുന്നെറുമ്പുകൾ,
പകലോൻ മറഞ്ഞിരുളെത്തീ പൊടുന്നനെ.

പെരുതാം ദുരന്ത,മാകാശമിരുണ്ടിടി-
ഞ്ഞരികിലേയ്ക്കതിവേഗമെത്തുന്നു ഭീകരം.
തലയിലേയ്ക്കാഞ്ഞുവീഴുന്ന വിയത്തിൽ നി-
ന്നൊഴിയുവാൻ പാച്ചിലാണെങ്ങുമെറുമ്പുകൾ.
എവിടെയാണതിജീവനത്തിൻ പഥം? പ്രാണ-
ഭയമാർന്നൊളിയിടം തിരയുന്നു ജീവിതം.
കരയുന്നു സംഭീതരായ് പെണ്ണെറുമ്പുകൾ,
അരുമയായ് ചാരത്തു കുഞ്ഞനെറുമ്പുകൾ.

പ്രവയസ്കനായ് തെല്ലുപോലും നടക്കുവാൻ
അവശനാം വിജ്ഞനെറുമ്പു പറകയായ്:
'മുകളിലേയ്ക്കൊന്നു സൂക്ഷിച്ചു നോക്കൂ, നഭ-
സ്സകലെ ഞാൻ കാണ്മു വീഴാതെപ്പഴയപോൽ.
കുറുകെക്കടക്കുകയാണു നാം, കൂട്ടരേ,
കറുകറുപ്പാർന്ന ഗജങ്ങൾ മെതിച്ചിടും
പെരിയൊരാനത്താരി; വിണ്ണിടിഞ്ഞെന്ന പോൽ
വരികയാണാനകൾ നമ്മെത്തകർക്കുവാൻ.

"കരിവരൻ തൻ ചുവടാകാശമെന്നു നാം
കരുതിയതേറ്റമബദ്ധമാ,ണാകയാൽ
ചുവടവനൊന്നിങ്ങുയർത്തിവയ്ക്കുന്നതിൻ
ചുവടേ പെടാതെ നാമോടിയൊളിക്കുക.
പലരു,മീ നമ്മിൽപ്പലരും ചതഞ്ഞര-
ഞ്ഞവസാനനിദ്രയീ മണ്ണിൽ വരിച്ചിടാം.
നിരവധി സ്വപ്നങ്ങൾ തച്ചുതകർത്തതാ-
ണിരയെ മെതിക്കും മഹാകാലകാലടി.
അതുപോലെയാണീ ഗജത്തിൻ ചവിട്ടടി,
അതുപോലെയാണീ ജഗത്തിൻ പകിട്ടൊളി.
വിധി പോലണഞ്ഞിടും വാഴ്‌വും വിയോഗവും,
വിധി പോലണഞ്ഞിടും വാക്കും നിയോഗവും.

"വഴിയിലെന്തെത്തിയാലും, മൃതി താൻ സ്വയ-
മെതിരേൽക്കിലും കർമ്മപാത വിടായ്ക നാം.

വെടിയായ്ക ധൈര്യം, വിപത്തുകളൊക്കെയും
മടിയാതെ നേരിടാനല്ലോ പിറന്നു നാം.
മൃതിവശഗതരാം പലരുമെന്നാകിലും,
ക്ഷിതിയിൽ തളിർക്കുമുദാത്തമായ്, നിത്യമായ്,
മഹിതമായുള്ളോരെറുമ്പുസംസ്കാരത്തിൻ
മൃദുലമാം നാമ്പുകൾ നാളെ സമഞ്ജസം.
പുലരികൾ നാമിനി കാൺകയില്ലെങ്കിലും
പുതിയ സൂര്യന്നറിവാർന്നസ്തമിച്ചിടാം."

വരിവരിയായുമിടയിൽ ചിതറിയും
പരതിയും മുന്നോട്ടു നീങ്ങുന്നെറുമ്പുകൾ.
സ്ഥിരമായ് പൊരുതിയു,മിടയിലിണങ്ങിയും
തെരുവുകൾതോറും നിറയുന്നു മാനുഷർ. ■

നോക്കുക, പോവുക

ഒന്നു കാണുവാനെങ്ങു ഞാൻ നോക്കണം?
ഒന്നു കേൾക്കുവാനെങ്ങു ഞാൻ പോകണം?
പാതയെങ്ങുമിരുൾ നിറഞ്ഞീടവേ,
പാതകങ്ങളലറിത്തിമിർക്കവേ,
ഒന്നു കാണുവാനെങ്ങു ഞാൻ നോക്കണം?
ഒന്നു കേൾക്കുവാനെങ്ങു ഞാൻ പോകണം?

ഭാഷയ,ല്ലധികാരഭാ,സ്സല്ലതിൻ
വേഷമല്ല, വിത്താഭയുമല്ലവൻ.
വാളിലല്ല, കുടിലതന്ത്രത്തില-
ല്ലാളിടുന്നവൻ തന്മഹാദർശനം.

ഒന്നു കാണുവാനെങ്ങു ഞാൻ നോക്കണം?
ഒന്നു കേൾക്കുവാനെങ്ങു ഞാൻ പോകണം?

കാണ്മതെങ്ങു പുലരി പോൽ പുഞ്ചിരി,
കേൾപ്പതെങ്ങരുമാർദ്രഭാവധ്വനി,
മിന്നുവതെങ്ങു സന്മതിത്താരകം,
വെന്നുവതെങ്ങു സോദരഭാവുകം,
അങ്ങു പോവുക കാണുവാൻ ക്രിസ്തുവേ,
അങ്ങു പോവുക കേൾക്കുവാൻ ക്രിസ്തുവേ.

എങ്ങു വേദന വിങ്ങുന്ന ഹൃത്തടം
തിങ്ങുമാറൊഴുകുന്നു ദയാമൃതം,
എങ്ങനീതി തൻ ദർപ്പമൊടുക്കുവാൻ
പൊങ്ങിടുന്നൊരു ചാട്ടവാറിൻ ധ്വനി,

എങ്ങു സാന്ത്വനസ്നേഹവായ്പിൽ കുതിർ-
ന്നശ്രുവാനന്ദമായൊഴുകീടുന്നു,
അങ്ങു കാണും മനുഷ്യപുത്രൻ, പോവു-
കങ്ങു കാണും വെളിച്ചവും സത്യവും.

ചുറ്റിടാം തടസ്സങ്ങൾ, സന്ദേഹവും,
തെറ്റിടാം വഴി ലോഭമോഹങ്ങളാൽ,
പറ്റിടാം പല നഷ്ടങ്ങൾ, എങ്കിലും
ചെറ്റിട കലങ്ങീടൊലാ മാനസം.
പോക താരകം കാട്ടിടും വെണ്മയിൽ,
പോക മാലാഖമാരെഴുമുണ്മയിൽ.
പോവുകങ്ങൊന്നു കാണുവാൻ ക്രിസ്തുവേ,
പോവുകങ്ങൊന്നു കേൾക്കുവാൻ ക്രിസ്തുവേ. ■

ഭാരവാഹികൾ

ദിനരാത്രങ്ങൾ ചൂഴ്ന്ന കാലടികളാൽ കാലം
പ്രപഞ്ചനടപ്പാത താണ്ടുവാൻ യത്നിക്കവേ,
ആയതിന്നൊപ്പം സ്പന്ദതാളങ്ങൾ രചിപ്പതു-
ണ്ടായതോത്സാഹം ജീവകണികാഭ്രമണങ്ങൾ.
പുലരുന്നവയ്ക്കൊപ്പം പുലരിച്ചോപ്പും, കണ്ണീ-
രലയിൽ കലണ്ടറിൽ മരിച്ച ദിനങ്ങളും.

നിഷ്പന്ദമെന്നാലങ്ങു നിലകൊൾകയാണൊരു
നിത്യവിസ്മയശില്പഗോപുരം മഹാകാരം.
ഈട്ടിയിൽ കടഞ്ഞതാം തൂണുകളതിൻ ഭാരം
ഏറ്റെടുത്തങ്ങിങ്ങായി നിൽക്കുന്നൂ സഗൗരവം.
ജൃംഭിതാഭിമാനത്തിൻ താങ്ങുകൾ, അധികാര-
സ്തംഭിതചേതസ്സുകൾ, ഭാരവാഹികളവർ.

ഭൗമചക്രത്തോടൊപ്പം തിരിയും ജീവൽഭാവ-
മൃണ്മയലോകങ്ങൾക്കു കേന്ദ്രമാണത്തൂണുകൾ.
വിനയാലവയെങ്ങാനിടറിപ്പോയാൽ ക്ഷണം
വിഹതം കമാനവും ഗോപുരത്തളങ്ങളും.
കാറ്റു വന്നുലച്ചാലും മേഘഗർജ്ജനാഘാതം
ഏറ്റുവെന്നാലും തൂണിന്നില്ലൊരു കമ്പം ലേശം.

അപ്പുറം നില്പാ,ണെന്നാൽ വൃക്ഷമൊന്നാ ചില്ലകൾ
അല്പമൊന്നിളംകാറ്റിലുലഞ്ഞും ചാഞ്ചാടിയും.
ഇല്ലതിന്നൊരു ഭാരം; കിളികൾ, കുരങ്ങന്മാർ
ചില്ലക,ളൂഞ്ഞാലാക്കാൻ ശ്രമിപ്പതല്ലാതൊന്നും.

അറിവിന്നാനന്ദത്തിൽ നിൽക്കുകയാണാ വൃക്ഷം,
അഭയമസംഗമെന്നാലവധാനാത്മകം.

ഗോപുരം ചുമക്കുന്ന തൂണിനെ ശ്രദ്ധിക്കാതെ
മാമരക്കൊമ്പിൽപ്പറ്റി പക്ഷിയോതുന്നൂ ജ്ഞാനം:
"ജീവനെ,ങ്ങങ്ങാണാത്മചൈതന്യവ്യാപാരങ്ങൾ
കേവലജഡത്വത്തിൻ പ്രാബല്യം വളർന്നാലും.
ജീവനെ തളിർപ്പിക്കും വൃക്ഷവാഴ്‌വിനോ, രാജ്യ-
ഗോപുരം ചുമക്കുന്ന തൂണിനോ മഹാഭാഗ്യം?" ■

കാലാവസ്ഥയും മൂലധനവും

കാലാവസ്ഥ മൂലധനത്തോട് അഭ്യർത്ഥിച്ചു:
'ഈ ഭൂമി സുന്ദരമാണ്.
എന്നാൽ ഇവിടെ താപനമാലിന്യങ്ങൾ
അനിയന്ത്രിതമായി ഉയരുകയാണ്.
അതുകൊണ്ടു ഞാൻ പ്രവചനാതീതമായി
മാറുന്ന നിലയിലായിരിക്കുന്നു.
ഇന്നു കടുത്ത വരൾച്ചയെങ്കിൽ
നാളെ വെള്ളപ്പൊക്കം.
ഇന്ന് അത്യുഷ്ണമെങ്കിൽ നാളെ അതിശീതം.
കാറ്റും കടലും അസ്വസ്ഥത മൂലം
നിരന്തരം ക്ഷോഭിക്കുന്നു.
ഞാൻ രോഗാവസ്ഥയിലാണ്.
എനിക്കു ചികിത്സ ആവശ്യമാണ്.
നല്ല കാലാവസ്ഥയില്ലെങ്കിൽ
നീയും ക്രമേണ രോഗാവസ്ഥയിലാവും.
അതുകൊണ്ടു എനിക്കും നിനക്കുംവേണ്ടി
മരുന്നുകളും ചികിത്സാവിധികളും
ഏർപ്പെടുത്തിയാലും.'

മൂലധനം ചിരിച്ചുകൊണ്ടു മറുപടി പറഞ്ഞു:
'രോഗികളെയെല്ലാം ചികിത്സിക്കുന്നത്
എന്റെ കടമയല്ല.
അതിനു സർക്കാരാശുപത്രികളുണ്ടല്ലോ.
എനിക്കിപ്പോൾ രോഗമൊന്നുമില്ല.

എങ്കിലും മുൻകരുതലിന്റെ ഭാഗമായി
ഞാൻ ലോകതലസ്ഥാനങ്ങളിലെല്ലാം
കൊട്ടാരങ്ങൾ കെട്ടുകയാണ്.
മൂന്നുമണിക്കൂറുകൊണ്ടു ലോകംചുറ്റുന്ന
റോക്കറ്റുവിമാനവും നിർമ്മിച്ചുകൊണ്ടിരിക്കുന്നു.
ഒരു നഗരത്തിൽ കാലാവസ്ഥക്കെടുതി വന്നാൽ
അപ്പോൾ തന്നെ ഞാൻ
മറ്റൊരു നഗരത്തിലേക്കു പറക്കും.
ഭയാനകമായ കെടുതിയിൽ
ലോകം മുഴുവൻ അകപ്പെട്ടാൽ
ചൊവ്വയിലേക്കും.

ഞാൻ പ്രാപഞ്ചികപ്രതിഭാസമാണ്.
എനിക്കു ഒരു പ്രദേശത്തോടും
പ്രത്യേകപ്രതിപത്തിയില്ല.
ഈ ഭൂമിയോടുപോലും.'

മൂലധനത്തിന്റെ മറുപടികേട്ട്
സ്വർഗത്തിൽ മാലാഖമാർ
കണ്ണുനീർ വാർത്തു. ■

പാണന്റെ യാത്ര*

പോകണമിന്നു തുയിലുണർത്താൻ
പോകണമിന്നു വടക്കുദിക്കിൽ.
നാഗമണിഞ്ഞവൻ ബോധനാശ-
നാഗവിഷത്തിലമർന്ന കുന്നിൽ.

താണ്ഡവമില്ലാ, തപസ്സെഴുത്തും,
താരിൻ സുഗന്ധനിശ്വാസവായ്പും.
തായ തൻ വെൺപയസ്സാകെ വറ്റി
താരുണ്യമർബുദാക്രാന്തമായി.

നന്തുടിയെന്തിതു പൊട്ടിയല്ലോ,
നന്മ തൻ നാഡി മുറിഞ്ഞുവല്ലോ.
നാദകണങ്ങൾ തുരുമ്പെടുത്തു
നാടിൻ വിലാപമായ് മാറിയല്ലോ.

തീർക്കണം പുത്തൻതുടിയൊരെണ്ണം,
തീരുമല്ലായ്കിലീ വന്യജന്മം.

---

* തുയിലുണർത്തുപാട്ട് എന്ന കലാരൂപത്തിന്റെ ആവിർഭാവം സംബന്ധിച്ച ഐതിഹ്യമാണ് ഈ കവിതയുടെ പ്രമേയം. കൈലാസത്തിൽ ചൂതുകളിയെത്തുടർന്ന് അബോധാവസ്ഥയിലായ മഹാദേവനെ ഉണർത്തുവാൻ തിരുവരങ്കത്തെ പാണനാരെ കൊണ്ടുവരുവാൻ ഒരു ആശാരി നിയോഗിതനാവുന്നു. ആശാരി പാണനാരെ സന്ദർശിച്ച് ആ ഗായകന്റെ പൊട്ടിയ നന്തുടിക്കു പകരം പ്ലാവിൻതടികൊണ്ട് പുതിയതൊരെണ്ണം ഉണ്ടാക്കി നല്കിയെന്നും പാട്ടുകേട്ട് ഉണർന്നെണീറ്റ മഹാദേവന്റെ വരമാണ് തുയിലുണർത്തുപാട്ട് എന്ന കലാരൂപമെന്നുമാണ് ഐതിഹ്യം.

തീർക്കണം പുത്തൻ മനസ്സൊരെണ്ണം,
തീരുമല്ലായ്കിലീ സ്വർഗരാഗം.

ആശാരിയുണ്ടു, മണ്ണാനുമുണ്ട്,
ആശ കൊറിക്കുമണ്ണാനുമുണ്ട്.
ആധി കെടുത്തുമുഷസ്സണഞ്ഞി-
ട്ടാരുണീവെട്ടം തളിപ്പതുണ്ട്.

കായ്ച്ച വരിക്കമധുരമല്ലോ
കാഴ്ച വയ്ക്കുന്നു കൈവല്യപൂരം.
കാരുണ്യതാളമുണർന്നിടുമ്പോൾ
കാതൽ തുടിയായ് തുടിച്ചിടുന്നൂ.

നാടു മറഞ്ഞൂ തിരുവരങ്കം,
നാളമെരിഞ്ഞുണർന്നന്തരംഗം.
നാഗശിരസ്സായി നന്തുടി തൻ
നാദമുനകളിളകി കണ്ണിൽ.

പാട്ടായൊഴുകിപ്പഴയസത്യം
പാരിന്റെയുഷ്ണത്തിൽ പെയ്തിറങ്ങി;
പൂക്കൾ തൻ ദാഹമെരിഞ്ഞ നാവിൽ
പൂന്തേൻകണങ്ങളായ് നൂണ്ടിറങ്ങീ.

പാട്ടിലുലഞ്ഞു നടന്ന നേരം
പാതയോരത്തെയിലഞ്ഞിവേരിൽ
പാഞ്ഞുവന്നെത്തി പരുന്തൊരെണ്ണം
പാതാളസത്യം ചികഞ്ഞിടുന്നൂ.

പോവുകയാണു തുയിലുണർത്താൻ
പോവുകയാണു വടക്കുദിക്കിൽ.
കാലമറുത്തവൻ കർമ്മപാശ-
ക്കാലുഷ്യമാർന്നുറങ്ങുന്ന ദിക്കിൽ.

അക്ഷരജാലമുരുക്കി നമ്മൾ
അക്ഷയദീപമൊരുക്കിടുമ്പോൾ,

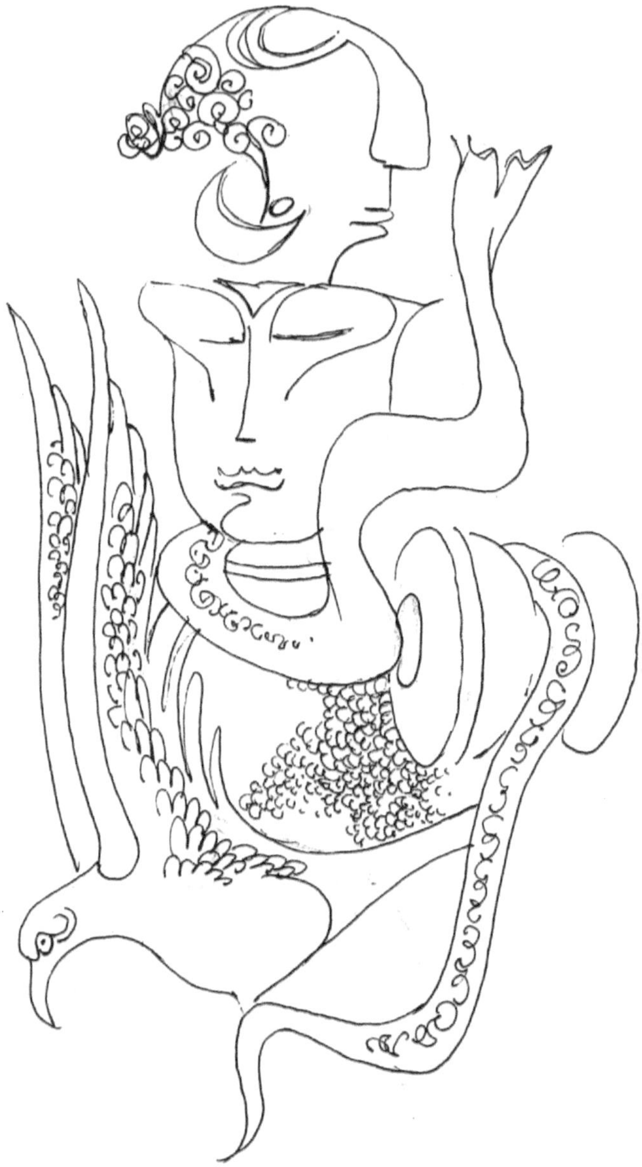

വാക്കിൻ തിരികളതിൽ കൊളുത്തി
വാർതിങ്കൾ മണ്ണിലണച്ചിടുമ്പോൾ,

രാഗവും താളവുമൊത്തുചേർന്നു
വാഗർത്ഥസംലയമായിടുമ്പോൾ,
നാദബിന്ദുക്കൾ കിനിഞ്ഞിറങ്ങി
ബോധപ്രകൃതിയുണർന്നിടുന്നൂ.

കാലപുരുഷനുണർന്നെണീല്ക്കേ
കാറ്റു മാറാലകൾ നീക്കിടുന്നൂ.
ശ്രാവണമാസം തുയിലുണർത്താൻ
പാണർ നമുക്കു നിയോഗമല്ലോ.

വർണ്ണം പൊതിഞ്ഞ നിശ്ശൂന്യതകൾ
പൂർണ്ണത്തിനായ് വഴി മാറിടാവൂ.
മൃത്യുവിനാശത്തുയിലുണർത്താൻ
ഒത്തുചേർന്നീടുക നമ്മൾ പാണർ. ■

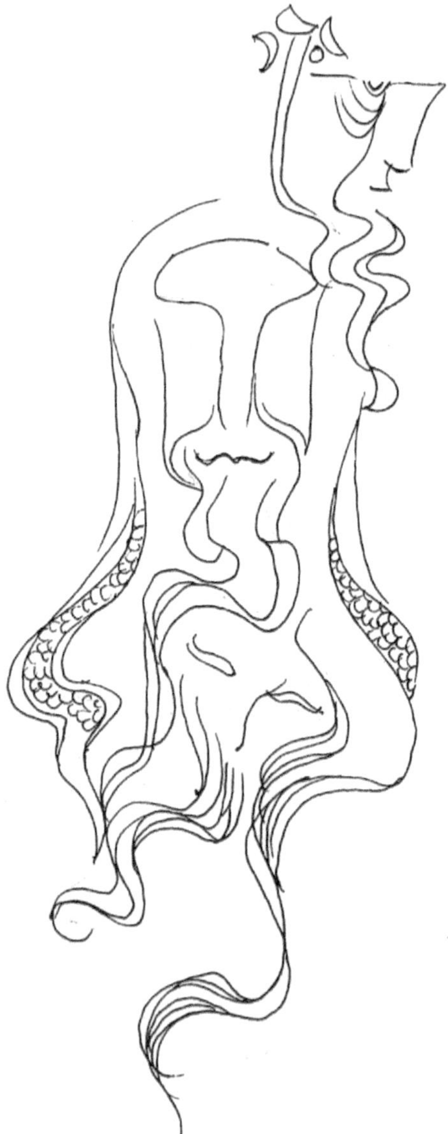

പരമഹംസത്രയം

ആരേ വന്നവതാരമാ,യവനിയെ-
സ്നേഹാർദ്രമാക്കീടുവാൻ,
ആരേ സർവ്വമതൈക്യഘോഷണമതാൽ
കേൾപ്പിച്ചു ദൈവസ്വരം,
ആരേയുള്ളിലെ സത്യദീപമിരുളിൻ
ലോകത്തുദിപ്പിച്ച,താ
നേരേ ഭാരതസൂര്യനായ്, ജയ ജയ
ശ്രീരാമകൃഷ്ണാ! ഗുരോ!

കണ്ണിൽകാണ്മതു സർവ്വമീശ്വര,നതേ
മട്ടിൽ ശ്രവിക്കുന്നതും,
മണ്ണിൽ വിണ്ണിലുമന്യമി,ല്ലനുഭവം
സംപൂർണ്ണമായീടവേ,
എണ്ണിത്തന്നിലുമുള്ളതീശ്വര,നതി-
ന്നാനന്ദമശ്രുക്കളായ്
കണ്ണിൽ നിന്നടരും വരൻ പരമഹം-
സർക്കെന്തു വേറിട്ടതാം?

ലോകം ഭീഷണഹിംസ തൻ പിടിയിലാ-
ണിപ്പോഴു,മെന്നാൽ ഭവാൻ
ശോകം തീർത്തെഴുമാത്മസൗഖ്യവരദം
ചൈതന്യമന്ദാകിനി.
നാകം മർത്ത്യമനസ്സിലേയ്ക്കമൃതമായ് വീഴ്ത്തും
ഗുരോ! തേ, നമോ-
വാകം, കാലമുണർന്നിടട്ടെ ഭവദീ-
യാനുഗ്രഹാശിസ്സിനാൽ. ■

സ്നേഹമുനകൾ

നാദവീചികൾ ലയാനർഗളസൂക്ഷ്മാത്മനിർ-
വേദനിർവൃതി ചേർത്ത ജീവന്റെ കുളിർമയിൽ,
കാലത്തിൻ പ്രവാഹത്തിൽ കാൽ നനച്ചിരിക്കവേ
ലോലലോലമായ് കേട്ടേൻ മുരളീരവമേവം:
'വേണമോ നാദം നിനക്കാത്മാവിൽ? നാദസ്രോത-
സ്സാണു നീയെന്നെപ്പോലെന്നറിയൂ, ഭാവോദ്രേകം.
അപ്പുറത്തുലയുമാ മുളങ്കാടിനെ നോക്കൂ,
അന്തരാത്മാവിൽ തമസ്സുറഞ്ഞ മുളകളെ.
അതിലൊന്നെടുത്തല്ലോ തുരന്നൂ സുഷിരങ്ങൾ
അകമേ നാദബ്രഹ്മസ്പന്ദനമുണരുവാൻ
ദേവഗായകൻ; ഞാനാണങ്ങനെ ജീവൻ നീറ്റും
തേങ്ങലും ലയോർമ്മികളാക്കിയോരോടക്കുഴൽ...
വേദന വിതുമ്പുന്ന സുഷിരങ്ങളിൽ നിന്നേ
നാദസായുജ്യം കിനിഞ്ഞന്തരീക്ഷത്തിൽ ചേരൂ...'

ഇരുളിന്നറയിലേയ്ക്കുതിരും വെളിച്ചത്തെ,
കരളിൽ പെയ്യും രാഗകാമനാതീർത്ഥങ്ങളെ,
കാത്തിരിക്കുന്നേനിന്നു കാളിന്ദീതീരത്തി,ലെൻ
ഹൃത്തിനെത്തുളയ്ക്കുന്ന സ്നേഹത്തിൻ മുനകളെ,
നാളെയെന്നാത്മാവിൽ നിന്നൊഴുകീടുവാൻ, മുള-
നാളി തൻ സഹനാർദ്രസംഗീതസമർച്ചനം.
നാളെയീ പ്രപഞ്ചത്തിന്നാത്മാവിൽ വിലയിക്കും
നാദനിർഝരിയിലാ തുള്ളിയുമുൾച്ചേർന്നാലോ... ■

സമാധാനവും യുദ്ധവും

ലോകത്ത് സമാധാനം സൃഷ്ടിക്കുവാൻ
യുദ്ധം ഒഴിവാക്കണമെന്ന്
ഒരു സിദ്ധാന്തമുണ്ട്.
ലോകത്ത് സമാധാനം സൃഷ്ടിക്കുവാൻ
യുദ്ധം അനിവാര്യമാണെന്ന്
മറ്റൊരു സിദ്ധാന്തവുമുണ്ട്.
ഇതിൽ ഏതാണ് ശരി?
അതോ, രണ്ടും ശരിയാണോ?
അല്ലെങ്കിൽ രണ്ടും
തെറ്റാണെന്നതാണോ ശരി?

സാമ്പത്തികമനുഷ്യൻ പറഞ്ഞു:
ഇത് ഒരു സാമ്പത്തികപ്രശ്നം മാത്രമാണ്.
തീർച്ചയായും, സാമ്പത്തികവളർച്ചയ്ക്ക്
രണ്ടാമത്തെ മാർഗ്ഗമാണ് അഭികാമ്യം എന്ന്
സാമ്പത്തികശാസ്ത്രം കണ്ടെത്തിയിട്ടുള്ളതിനാൽ
യുദ്ധം എന്തായാലും അനിവാര്യമാണ്.
അതുകൊണ്ട് യഥാർത്ഥപ്രശ്നം ഇതല്ല.
ലോകത്ത് യുദ്ധം സൃഷ്ടിക്കുവാൻ
സമാധാനം ഒഴിവാക്കണമോ?
ലോകത്ത് യുദ്ധം സൃഷ്ടിക്കുവാൻ
സമാധാനം അനിവാര്യമാണോ?
ഇതാണ് മുഖ്യമായ പ്രശ്നം. ■

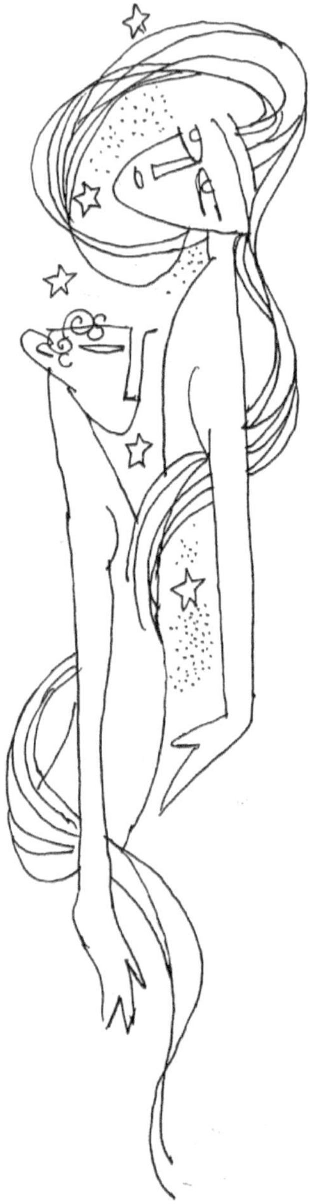

തിരിച്ചറിവ്

മധുരം മധുരമല്ലെന്നറിവിൻ
മധുരമരുളിയണഞ്ഞു കാലം,
അരുമയായെന്നെപ്പുണർന്നു കാതി-
ലുരുവിട്ടതിന്നു ഞാൻ പങ്കുവയ്ക്കാം:
'ഒരു മഞ്ഞുതുള്ളിതൻ വാഴ്വിനാൽ ഞാൻ
എഴുതുന്ന വിസ്മയമീ പ്രപഞ്ചം.
ഒരു സൂര്യനെത്തുമതിനെ മായ്ക്കാൻ,
അതു കാണ്മതാണു നിൻ ജീവദൗത്യം.' ■

നചികേതസും ബുദ്ധനും

മരണത്തെപ്പോൽ സദ്ഗുരുവാരു-
ണ്ടമൂർത്തമൂർത്ത ജഗദ്ഗതിയിൽ,
മരണത്തെക്കാൾ ജീവനിലാരു-
ണ്ടാനന്ദത്തിൻ കതിരവനായ്?
അറിയുന്നെങ്ങനെ മരണത്തിന്റെ മ-
ഹാതത്വങ്ങൾ നരലോകം,
അറിയാതിങ്ങനെ സംസാരത്തിൻ
മായികലോകത്തമരുമ്പോൾ?

പണ്ടൊരു മുനിവരനിച്ഛിച്ചൊരുനാൾ
സ്വർഗ്ഗസമർഹമഹായാഗം,
വിണ്ടലമെത്തും ദാനമഹത്വവി-
ളംബരമായ മഹാത്യാഗം.
ദാനം വൈകൃതമായതു ചോദ്യം
ചെയ്തു സുപുത്രൻ നചികേതസ്,
ദാനം നൽകീ മൃത്യുവിനവനേ,
സ്വന്തപിതാവിൻ ക്രോധമൊഴി.

യമലോകത്തിൽ ചെന്നൂ ബാലൻ,
മൃതിമറ നീക്കും പ്രജ്ഞയ്ക്കായ്,
യമനോടാരാഞ്ഞെന്തു ഭവിപ്പൂ
മർത്യനെ മരണം ചുംബിക്കേ.
ഹൃദയഗുഹാന്തരമാളിടുമഗ്നിയ-
വന്നരുളീ യമനെന്നാലും,

മരണരഹസ്യമതല്ലോ വരമായ്
കാലത്തോടവനർത്ഥിച്ചൂ.

പ്രാപഞ്ചികസത്യത്തിൻ സ്ഫുരണം,
തന്നാത്മാവിൻ പ്രജ്ഞാനം
പ്രാപിച്ചങ്ങനെ മൃത്യുവിനപ്പുറ-
മെത്തി കുമാരൻ നചികേതസ്.
കാലത്തിന്റെ വെളിച്ചം കണ്ടൂ
ജീവാത്മാവിലനശ്വരമായ്,
കാലത്തിന്റെ രഹസ്യം കേട്ടൂ
കാലനെ സദ്ഗുരുവാക്കുകയാൽ.

കാലം പോകേ, ശാക്യകുലത്തിൽ
രാജകുമാരൻ സിദ്ധാർത്ഥൻ
കാമ്യഗുണോൽക്കരനുളവായ്, മരണം
കാണാതവനെ വളർത്തി നൃപൻ.
വിധിയാണൊക്കെയു,മവനും കണ്ടൂ
വാർദ്ധക്യം, രോഗം, മൃതിയും;
വ്യഥയുടെ പൊരുളുകൾ തേടി വെടിഞ്ഞൂ
ജീവിതസൗഭാഗ്യം സകലം.

ബോധിമരത്തിൻ ചോട്ടിൽ ധ്യാനവി-
ലീനനിരുന്നു തഥാഗതനായ്*
ബോധജ്ഞാനമുണർന്നഭിദർശി-
ച്ചാശകൾ ദുഃഖമുണർത്തുവതായ്,
മൃതിനിന,വിടയിടെയെത്തുകിൽ ജീവനി-
ലാനന്ദമുണർന്നീടുവതായ്,
മൃതിയെ ജയിപ്പതില,ല്ലറിവതിലീ-
യസ്ഥിരജീവിതമറിയുവതായ്.

മരണത്തെക്കണി കാണാതല്ലോ
മകനെ വളർത്തീ ശാക്യനൃപൻ,

* 'തഥാഗത' എന്നാൽ തഥാ + ആഗത അപ്രകാരം എത്തിയവൻ (ലോക നാഥൻ) എന്നും, തഥാ + ഗത അപ്രകാരം പോയവൻ (സംസാരമുക്ത നായവൻ) എന്നും അർത്ഥം.

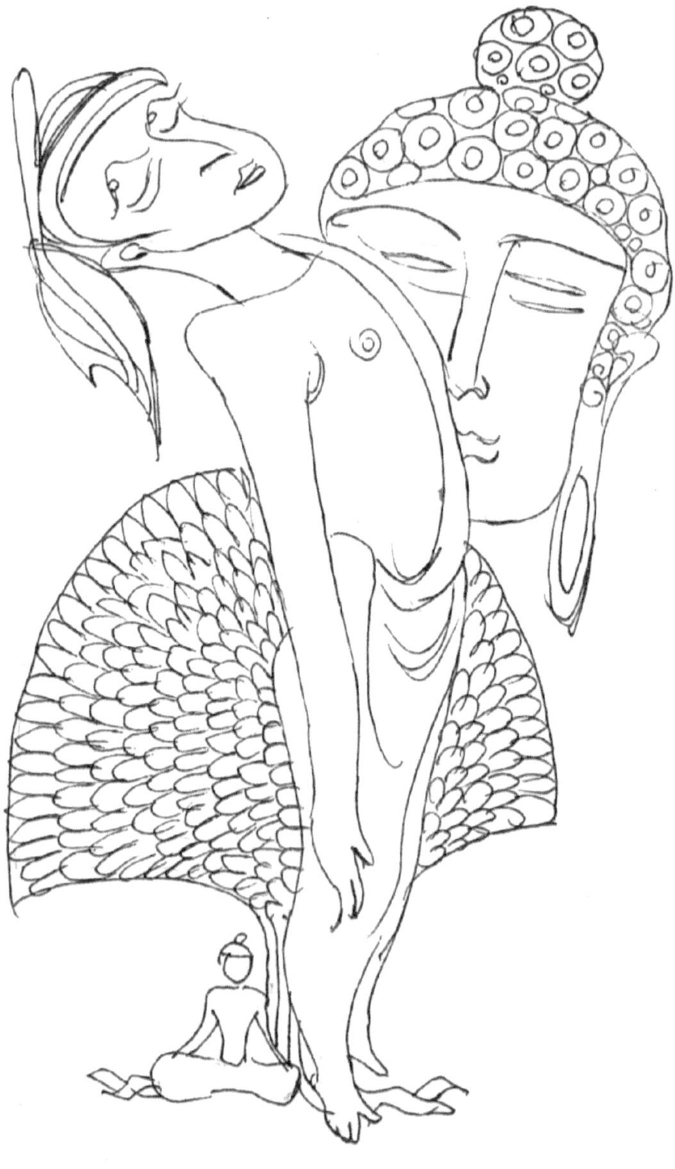

മരണമഖണ്ഡമനോഹരജീവിത-
ഭാവ,-മറിഞ്ഞതു ശാക്യമുനി.
ജീവിതചക്രത്തിരിയലിലൊഴിയാ-
തെവിടെയുമെത്തും മൃതിയു,മതേ
ജീവിതഭാഗം; കടലിൽ പൊങ്ങും
തിര താണമരും പ്രതിഭാസം.

സ്വന്തപിതാവു മൃതിക്കു കൊടുത്തൊരു
പുത്രനു മരണം ഗുരുവായീ;
സ്വന്തപിതാവു മറച്ചൂ മൃതിയേ,
പുത്രൻ മരണോപാസകനായ്.
നക്ഷത്രങ്ങളുമൂഴിയുമഗ്നിയു-
മാഴിയലർകളുമറിയുന്നു-
ണ്ടക്ഷയമായവർ കണ്ട വെളിച്ചം
ജീവൽസ്പന്ദനമാത്മാവിൽ. ■

യുഗപരിവർത്തനം

പുതിയ മനുഷ്യോദയമുണ്ടാവാൻ
പുതിയൊരു ലോകം സൃഷ്ടിക്കാൻ,
അറിവിൻ തിരികൾ ശിശുഹൃദയങ്ങളിൽ
അനുപമശോഭം തെളിയിക്കാൻ,
അഗ്നിയുമക്ഷരവും സ്വയമാർജ്ജി-
ച്ചുജ്ജ്വലപാത തുറന്നവരാം
പ്രപിതാമഹരിതൊരുക്കീ - വിദ്യാ-
ലയമെന്നുള്ളൊരു സങ്കല്പം.

ഗുരുകുലവാസികൾ ഗുരുവിനെ ദൈവം
കരുതീ ജ്ഞാനാന്വേഷികളായ്.
ലോകത്തെങ്ങും പലവിധമാളീ
വിദ്യ വിരുത്തിയ വെട്ടങ്ങൾ.
പുലരിത്തെളിയിൽപ്പാടിപ്പാടി-
ക്കുയിലുകൾ പാറീ വിണ്ണൊളിയിൽ.
അറിവിന്നമൃതം സഞ്ചിതമാക്കീ
മലരുകൾ മിന്നീ മൺതൊടിയിൽ.

പ്രാപഞ്ചികസത്തയെയന്വേഷി-
ച്ചാചാര്യന്മാർ, ശിഷ്യരുമേ
പാരിലൊരുക്കീ വിദ്യാഭ്യാസം,
പാൽക്കടലായീ ഹൃദയങ്ങൾ.
അറിവോ,നറിവിൻ ലക്ഷ്യത്തേക്കാൾ
അധികം ശ്രേഷ്ഠതയാർജ്ജിക്കേ,

ആത്മാവറിവതു വിദ്യയു,മൊപ്പമ-
നാത്മാവെന്നതവിദ്യയുമായ്.

കാലംപോകെയവിദ്യകൾ സമ്പ-
ത്താർജ്ജിപ്പതിനൊരു വഴിയായീ.
പിന്നെ ഭവിച്ചൂ വിദ്യാത്മികയാ
സമ്പത്തിൻ തൃണദാസിസമം.
സങ്കല്പങ്ങൾ സമസ്തം മാറീ
സമ്പത്തരുളുവതായ് വിദ്യ.
സമ്പത്തിൻ വഴിയറിയാതുള്ളതു
സർവമവിദ്യാങ്കിതമായീ.

വിദ്യയവിദ്യാദാസി ഭവിച്ചൊരു
വിഭ്രമകാലം വിലസുമ്പോൾ,
പരിണാമത്തിൻ കാഹളമേന്തി-
ക്കരിമുകിലുകളണ്ടണയുമ്പോൾ,
'സുസ്ഥിരമല്ലിതു, ഭാവിക്കുതകും
സുസ്ഥിതിയല്ലെ'ന്നരുളുകയായ്
കാലത്തിൻ കതിർചെങ്കോലേന്തി-
ക്കാല്യമുണർത്തും ഹരിദശ്വൻ.

ഇരുളിൽ നിന്നുമുയർന്നു വെളിച്ച-
ത്തിരകൾ തിരക്കിടുമുണ്ണികളേ,
ഉതിരുന്നുണ്ടു നിലാവലയിവിടെ-
പ്പുതിയ യുഗത്തിൻ ചിന്തകളായ്.
വരിക, മനസ്സു മയക്കുമധീശ-
ക്കുടിലത തീയിലെരിക്കുക നാം.
യുഗപരിവർത്തനവിദ്യാഭ്യാസ-
ധ്വജപടമിന്നു കരേറ്റുക നാം. ■

സത്യമേവ ജയതേ!

സത്യം മരുഭൂമിയിൽ അലയുന്നവന്റെ
വാക്കുകളിലാണ്.
നഗരഗോപുരങ്ങളിൽനിന്ന്
അത് എന്നേ പുറത്താക്കപ്പെട്ടതാണ്.
അവസാനം അതു മരുഭൂമിയിലെത്തി.
അവിടെ ആത്മസുഹൃത്തിനെ കണ്ടു.
മരുഭൂമിയുടെ കൊടുംചൂട്
മനസ്സിൽ ഏറ്റുവാങ്ങി.
അവിടെ തളിർത്ത വൃക്ഷമായി.
അവിടെ വീശിയടിച്ച മണൽക്കാറ്റായി.
പെയ്യുവാൻ വല്ലപ്പോഴുമെത്തിയ
മേഘങ്ങളുമായി.

മരുഭൂമിയിൽ അലയുന്നവൻ
വിളിച്ചുപറഞ്ഞ സത്യങ്ങളിൽ
മൃഗതൃഷ്ണയും ഉണ്ടായിരുന്നു.
അടുത്തുചെന്നാൽ മാത്രം,
അടുത്തുചെല്ലുന്നവനു മാത്രം
അനുഭവിക്കാൻ കഴിയുന്ന സത്യം.
അവൻ വിളിച്ചുപറഞ്ഞിട്ടും
പക്ഷികൾ ആവർത്തിച്ചിട്ടും കൂട്ടാക്കാതെ
അതിലേയ്ക്ക് ആകർഷിക്കപ്പെട്ടവർ അനേകം.
സ്ഥലകാലങ്ങളുടെ അതിരുകളിൽ അ/സത്യം,
അയഥാർത്ഥമായ അനുരാഗംപോലെ,
ഭ്രമാത്മകവും വ്യാമോഹിപ്പിക്കുന്നതുമാണല്ലോ.

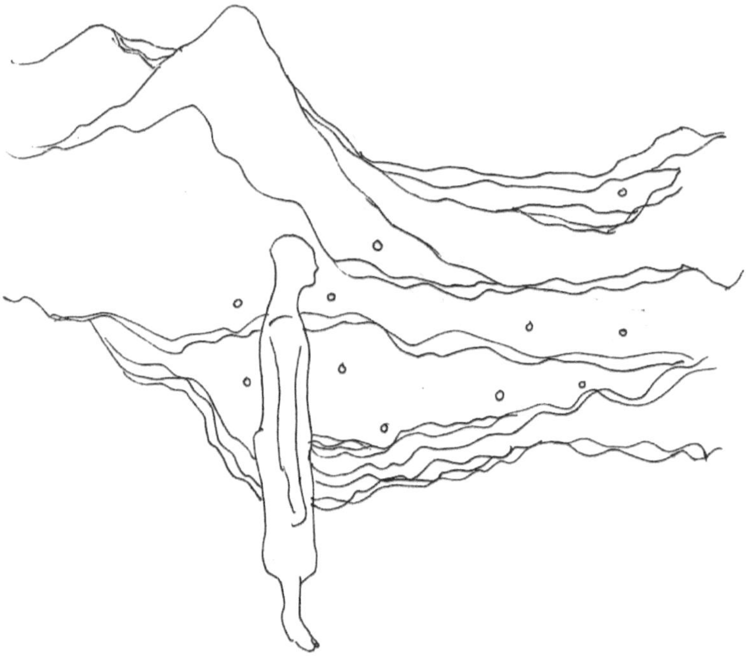

സത്യഗ്രഹികൾ മാത്രമാണ്
അവിടെ മരണത്തെ അതിജീവിക്കുന്നത്.

മരുഭൂമിയിൽ അലയുന്നവൻ
എളിമയുടെ കുപ്പായം ധരിച്ചിരുന്നു.
അവൻ ലളിതമായി മാത്രം സംസാരിച്ചു.
എങ്കിലും അവന്റെ വാക്കുകൾ
ആകാശഗോപുരങ്ങളെ വിറപ്പിച്ചു.
കടലിനൊപ്പം പെരുമ്പറ മുഴക്കി.
കടലിനെപ്പോലെ
അകലത്തിൽ ആകർഷിക്കുകയും
അടുക്കുമ്പോൾ
ഭയപ്പെടുത്തുകയും ചെയ്തു.

അവന്റെ വാക്കുകൾ
സ്വർഗ്ഗത്തിൽ കേട്ടതുകൊണ്ടാണ്
ദൈവം അവനെ കാണുവാൻ
മരുഭൂമിയിലെത്തിയത്.

ശത്രുവിന്റെ മിത്രം ശത്രു.
മരുഭൂമിയിൽ അലയുന്നവൻ
വിചാരണകൂടാതെ
നഗരത്തിൽ തടവിലാക്കപ്പെട്ടതും
വധിക്കപ്പെട്ടതും അങ്ങനെയാണ്.
സുഹൃത്തിന്റെ വധത്തിനുശേഷമാണ്
സത്യം മരുഭൂമിവെടിഞ്ഞ്
മനസ്സുകളിലേക്ക് ചേക്കേറിയത്.
അതിനെ ഭയപ്പെട്ടവരാണ്
ഭൂമിയിൽ സത്യേതര/സത്യാനന്തരകാലം
സൃഷ്ടിക്കുവാൻ വിചാരണകൂടാതെ
സത്യത്തെ തടവിലാക്കിയതും
സത്യം അസത്താണെന്ന് ഓരിയിട്ടതും.
എന്നാൽ മനസ്സുകളിൽ ഇന്നും
മുഴങ്ങുന്നത് സത്യത്തിന്റെ
നേർത്ത ശബ്ദമാണ്.
അതിന്റെ പ്രത്യാശയും പ്രതീക്ഷയുമാണ്.
സത്യമേവ ജയതേ! ■

ഒരു വാക്ക്

ഒരു വാക്കിലെന്തുണ്ട് ജീവൻ?
ഒരു വാക്കിലെന്തുണ്ട് ശക്തി?

സൂക്ഷ്മപ്രപഞ്ചത്തിൽ നിന്നും പരാശക്തി
ചൈതന്യശീകരമായുണർന്നങ്ങനെ
ആത്മാവിൽ നിന്നുമെരിഞ്ഞിറങ്ങി
ഹൃത്തടം രണ്ടായ് പകുത്തുപൊങ്ങും
വാക്കായ വാക്കൊരു തീക്കനൽത്തുള്ളിയാ-
ണൊരു കല്പകണികയാണൊരു നാദബിന്ദുവാ-
ണൊരു വാക്കതിന്നെന്തു ശക്തി!

ഒരു വാക്കിനെന്തു പ്രഭാവം?
ഒരു വാക്കിനെന്തു പ്രഭാവം?
ഒരു വാക്കിലാണു വെളിച്ചമുണ്ടായതും
ഇരുളതിൽ നിന്നു വേറായിപ്പിരിഞ്ഞതും;
ഒരു വാക്കിലാണു പിറന്നതാകാശവും
പൊരുൾതെളിച്ചീടുന്ന നക്ഷത്രജാലവും
ധരയുമുഷസ്സുമെൻ വാർമതിക്കനവിലെ
പ്രണയനിലാവും വിഷാദത്രിസന്ധ്യയും.
ഒരു വാക്കിനെന്തു പ്രഭാവം!

ഒരു വാക്കിലാണുറവാർന്നതെൻ ഹൃത്തിന്റെ
ഗിരിശിഖരങ്ങളിൽ നിന്നുമരുവികൾ.
കാറ്റിന്റെ കൈകളിൽ തൂങ്ങിയും കാനന-
ക്കാറ്റാടിക്കഥകൾ കേട്ടാർത്തുലഞ്ഞും,

സൂര്യകിരണങ്ങളോടൊത്തു കളിച്ചുമ-
ങ്ങാഴിയാം മൃത്യുവിൽ ചേരുവോളം,
ഒഴുകിയോ,രവരാണു കനവുകൾ നെയ്തെനി-
യ്ക്കരുളിയതാശക,ളാമയങ്ങൾ.
ഒരു വാക്കിതുണ്മ വിരചിപ്പൂ.

ഒരു വാക്കിനിത്രയ്ക്കുമുഗ്രതയോ?
ഒരു വാക്കു മർമ്മരമായിരുൾപ്പൊന്തയിൽ
എരിയുന്നു, പിന്നെപ്പടർന്നഗ്നിയാവുന്നു,
കാട്ടുതീയായുയർന്നാളുന്നു, ഹൃത്തടം
വേവുന്നു, ചിതയിലെ ചാമ്പലിൽ കനലുകൾ
നീറിപ്പുകയവേ, കണ്ണുനീർച്ചാലുകൾ
പുഴകളായൊഴുകുന്നു, ജീവിതം കത്തിച്ച
കൊള്ളിയായ് വാക്കു ദുരന്തജന്മത്തിന്റെ
കെണിയിലടിതെറ്റിയൊടുങ്ങിയ നിഴലിന്റെ
സ്മൃതിയായുയിർത്തെഴുന്നേൽപ്പൂ.

വാക്കിനാൽ മാനുഷ്യകം നേടിയോർകളേ,
നാഴിയിടങ്ങഴി മണ്ണിലെക്കൂരയിൽ
ആനന്ദസൗരഭവീചികളുണ്മയിൽ
വ്യാപരിപ്പിക്കുവാൻ വാക്കു വിതച്ചതിൽ
നീർമണികളിറ്റിച്ചു മക്കളേ, തീർത്തുവോ
പൂവനി? മാനസത്തിന്റെ കുടന്നയിൽ
മലരായി വാക്കു വിടർത്തിയോ? ചുറ്റിലും
പരിമളം സന്മയം പോലെ പടർത്തിയോ?
ചോദിക്കയാണുഡുജാലവുമിന്ദുവും,
ചോദിക്കയാണു മനസ്സിൻ സരസ്സിലെ
നീരലയിലഞ്ചുന്ന തൂവെണ്ണിലാവിന്റെ
നീരവാമന്ത്രണവുമെന്നും. ■

കേരളഗാനം

ജനഹൃദയങ്ങളുണർന്നെഴുമതുലം ദൈവത്തിൻ നാടായ്
ഭുവനവിരാജിതമെൻ നാ,ടിതു മലയാളത്തിൻ മധുരം.
സഹ്യനുമറബിക്കടലുമനുഗ്രഹവർഷം ചൊരിയുമ്പോൾ
സൂര്യനുമിന്ദുവുമെന്നും തൂകും വെയിലു, നിലാവലയും.
വരദപ്രകൃതി ലസിപ്പൂ നദികളിലിളകും നീരലയിൽ,
നിരയായ് കാടും നാടുമുയർത്തും സസ്യലതാദികളിൽ.
കഥകളി, മോഹിനിയാട്ടമതിൻപടി കലകൾക്കീറ്റില്ലം,
കഥയും കവിതയുമിങ്ങൊഴുകുന്നൂ, സംഗീതാമൃതവും.

ഗണിതം, ശാസ്ത്രവുമിവിടെപ്പിച്ച
നടന്നു സംസ്കൃതിയും,
അണിയണിയായ് നവചിന്തകളേകീ
മാനവനൊരു ലോകം.
കേരളമെൻ നാടേ, വിജയിച്ചാലും നീ,
ഭാരതസൗഭാഗ്യക്കൊടി പാറിച്ചാലും.
കേരളമെൻ നാടേ, വിജയിച്ചാലും നീ,
സുസ്ഥിരലോകത്തിൻ തേരുതെളിച്ചാലും.
വിജയിച്ചാലും നീ, വിജയിച്ചാലും നീ,
അമ്മേ, കേരളമേ, വിജയിച്ചാലും നീ. ■

തേനീച്ചയും ചിലന്തിയും

"**പാ**റിപ്പറന്നു കുടുങ്ങിയോ ഞാൻ നെയ്ത
പാരതന്ത്ര്യത്തിൻ വലക്കെട്ടിലിന്നു നീ?
സ്നേഹിപ്പു കർഷകൻ നിന്നെ, നിനക്കൊരു
ഗേഹവും നൽകി,യവൻ മധുമക്ഷികേ!
ഇഷ്ടമല്ലെന്നെയവന്നു, കുരുക്കുന്നി-
തഷ്ടിക്കു ഞാൻ കെണിയിൽ ശലഭങ്ങളെ.
എൻവലയെന്റെ സാമ്രാജ്യ,മതിങ്കലാ-
ണെന്റെയാനന്ദം രചിപ്പു ഞാൻ നിത്യവും.
എന്നെ ഗൗനിക്കാതെ പായും ശലഭങ്ങൾ
വന്നു കുടുങ്ങുന്നതാണു ഹർഷോന്മദം.
എൻ വിഷം തീണ്ടി മരിക്കുവാനാണിന്നു
നിൻ വിധി, ജീവിതം നന്നായറിഞ്ഞു ഞാൻ."

തൻ വലയിൽ വീണ തേനീച്ചയോടിദം
വൻപു പറഞ്ഞു ചിലന്തി ചിരിക്കവേ,
ചൊല്ലിയാ മക്ഷിക: "നീ ജയിക്കുമ്പൊഴു-
മില്ലെനിക്കൊട്ടും നിരാശയീ ജീവനിൽ.
എൻ കുലത്തിന്നു തേൻ ശേഖരിച്ചേ,നതാ-
ണെൻ ചാരിതാർത്ഥ്യവുമെന്റെ സായുജ്യവും.
തേൻ ഭുജിച്ചേവരും നൃത്തമാടുമ്പൊഴ-
തെന്നിലുണർത്തുന്നു സ്നേഹത്തുടിപ്പുകൾ.
ഈശ്വരൻ തന്നെനിക്കീ മന,സ്സായതിൽ
വിശ്വപ്രകൃതി വിളങ്ങുന്നിതുണ്മയായ്.

എന്റെ ജീവൻ വിട ചൊല്ലുന്ന വേളയിൽ
എന്നിലെയുണ്മയും ചേരുമാ ജ്വാലയിൽ."

വാക്കുകളീവിധം കേട്ടു പരിഹാസ-
വാക്കുകൾ വീണ്ടുമുരച്ചൂ ചിലന്തിയും:
"നീയേറെയദ്ധ്വാനശീലനാം മണ്ടനാ-
ണായതെല്ലാരുമറിയുന്നു, മക്ഷികേ!
സംഭരിക്കുന്നു നീ തേ,നതു സർവവും
സമ്പാദ്യമാക്കുന്നു കർഷകചോരണം.
എന്റെ മഹത്വമറിയാത്ത നിന്നെ ഞാ-
നെൻ വിഷത്തിൻ കരുത്തിന്നറിയിച്ചിടും."
മുന്നോട്ടു പാഞ്ഞൂ ചിലന്തി, വിധിവശാൽ
വന്നെത്തി കർഷകനങ്ങൊരു ചൂലുമായ്.
പാറിപ്പറന്നുപോയ് തേനീച്ച, ചൂലിന്റെ
താഡനമായ് മൃതി വീണൂ ചിലന്തിയിൽ. ■

നെല്ലിക്കമധുരം

മധുരമില്ലാത്തവൻ നെല്ലിക്ക.
മധുരം ചവർപ്പിലും പുളിയിലുമൊളിപ്പിച്ചു
ചെറുമന്ദഹാസം പൊഴിക്കുന്ന നിന്റെ പേർ-
പെരുമയ്ക്കിതാ നമോവാകം.

ഇളവെയിൽപ്പുളകമായ് പകലോന്റെ യാത്രയീ
പുലരിയെ രാഗാർദ്രയാക്കിത്തുടക്കമായ്
ഇന്നും; സുഖത്തിൻ കിളുന്തു നുള്ളീടുവാൻ
മഴവില്ലുമെത്തിനോക്കീടുന്നു പൂർവദിങ്-
മണ്ഡലത്തിൽ, മൃദുഭാവം ക്രമാൽ വെടി-
ഞ്ഞാളും വെയിൽത്താപമാഴ്ന്നിറങ്ങുംവരെ.

ചുണ്ടിൽ വിരിയും ചിരിയുടെ പല്ലക്കി-
ലേറിയെത്തുന്ന മധുരവചസ്സുകൾ
ഇഷ്ടമാണെല്ലാർക്കു,മങ്ങനെ മുന്നോട്ടു
നീങ്ങുന്നു ലോക,മാ മാധുര്യമാകവേ
കാപട്യകാലുഷ്യസമ്മിശ്രമാം മുറി-
വാഴങ്ങളായ് മനസ്താപമേറ്റീടവേ.

ഇളവെയിലല്ല, മധുരവചസ്സുക-
ളല്ല നൽകുന്നു നീ നെല്ലിക്ക, മൗനമായ്
സൗമ്യലളിതമായ്, നിർമ്മലസ്വാന്തമായ്
നാവിലിറ്റിക്കുന്നു ജീവിതത്തിൻ ക്ലേശ-
പാതകൾ നൽകും പുളിയും ചവർപ്പുമാ
യാത്രയിലന്ത്യത്തിലെത്തും മധുരവും.

നെല്ലിക്ക നീ തന്നെ സൗഹൃദം, നീയാണു
സത്യം ചവർപ്പുള്ളതെങ്കിലും തള്ളാതെ
സ്വാംശീകരിച്ചതു നന്മ തൻ പീയൂഷ-
ശീകരമാക്കിടുമാരണ്യസാന്ത്വനം.
നിന്മന്ദഹാസനിറവിലുണ്ടീശ്വരൻ,
നിർമ്മലദീപ്തിയാം നിൻ കടാക്ഷത്തിലും.

നെല്ലിക്ക നീ തന്നെ ജീവിതം, അധ്വാന-
മാകുന്ന കയ്പുനീർ മുന്തിരിച്ചാറാക്കി,
രാസഭേദം വരുത്തുന്ന വിദ്യാവരം
പാവം നിനക്കാരു തന്നൂ? മനസ്സിന്റെ
കാടുകൾ സദ്ഫലത്തോപ്പുകളാക്കി നീ
നന്ദനം ഭൂവിലണയ്ക്കുന്ന സാത്വികൻ.

മധുരമില്ലാത്തവനെങ്കിലു,മവസാന
മധുരമാകുന്നു നെല്ലിക്ക.
നേരിന്റെ നന്മയും വാക്കിന്റെ മേന്മയും
നെല്ലിക്കയാണതു പാവം! ■

തൊപ്പി

തൊടിയിലേയ്ക്കിറങ്ങിയപ്പോഴാണ്
ഞാൻ ആ പക്ഷിയെ കണ്ടത്.
എത്ര വർണ്ണാഭമായ തൊപ്പിയാണ്
അത് അണിഞ്ഞിരിക്കുന്നത്.
കീഴ്വക്കിൽ ചുറ്റുപാടും ഞാന്നുകിടക്കുന്ന
നനുത്ത വെൺതൂവൽച്ചന്തവും
ചുവന്ന അഗ്രപ്രതലവുമുള്ള തൊപ്പി.
തൊപ്പിയുടെ പ്രൗഢിയിൽ പക്ഷിക്ക്
ഒരു ജേതൃപ്രഭാവം ലഭിച്ചതുപോലെ തോന്നി.

'നിനക്കിതെങ്ങനെ കിട്ടി?
എന്താണ് ഇതിന്റെ പ്രയോജനം?'
ഞാൻ ചോദിച്ചപ്പോൾ പക്ഷി പറഞ്ഞു:
'പരിണാമത്തിന്റെ യുഗാന്തരയാത്രകളിൽ
ഞാൻ നേടിയതാണിത്.
ഇത് ജീവിതത്തിൽ വലിയ നേട്ടങ്ങൾ
സ്വായത്തമാക്കുവാൻ ഉതകുന്നു.
തൊപ്പി ഒരേ സമയം മഹത്വപ്രഖ്യാപനവും
അവകാശവിളംബരവും
അന്ധർക്കുള്ള താക്കീതുമാണ്.
അതു ശ്രേഷ്ഠതയുടെ
പ്രധാനഗോപുരത്തിലേയ്ക്കുള്ള
പ്രവേശനാനുമതിയാകുന്നു.

അതിനാൽ അതിന്റെ ആകൃതിയും
ഉയരവും നിറവും മൂല്യവും
വളരെ പ്രധാനപ്പെട്ടതാണ്.
കാന്തം ഇരുമ്പിനെയെന്നപോലെ
അതു സിംഹാസനങ്ങളെ ആകർഷിക്കുന്നു.
ഭൂമിയിൽ അതിന് ഒറ്റ ശത്രുവേയുള്ളൂ -
സത്യം മാത്രം.
മറ്റൊന്നിനെയും അതു ഭയക്കുന്നില്ല.'

തൊപ്പിയുടെ മാഹാത്മ്യത്തെപ്പറ്റി
അന്നാണ് ഞാൻ ശരിക്കും ബോധവാനായത്.
ഗുരുതുല്യനായ പക്ഷിക്ക് നന്ദിപറഞ്ഞ്
അന്നുതന്നെ ഞാൻ
ഒരു തുന്നൽക്കാരനെ തേടിയിറങ്ങി. ■

സൂര്യൻ കിഴക്കുദിക്കുന്നു

സൂര്യൻ കിഴക്കാണുദിക്കുന്നതെന്നും;
സൂര്യൻ കിഴക്കുദിച്ചീടുന്നിതെന്നും,
എങ്ങും വെളിച്ചം, വെളിച്ചം, വെളിച്ചം,
വെളിച്ചത്തിലേക്കുണർന്നെത്തും മനസ്സുകൾ.
വെളിച്ചത്തിലെങ്ങും വിളങ്ങുന്നൊരീശനെ
ആത്മാവിലെന്നും തിരയും മനസ്സുകൾ.
എന്നും കിഴക്കുദിക്കുന്ന വെളിച്ചത്തി-
ലീശനെക്കണ്ടൂ കിഴക്കിൻ മനസ്സുകൾ.
കാഴ്ചയാണീശ്വരൻ, ജ്ഞാനമാണീശ്വരൻ,
കാണും പ്രദീപ്തമനസ്സിലാണീശ്വരൻ.
താൻതന്നെയാദിത്യനെന്നുമറികയായ്,
കാലത്തെ ഹൃത്തിൻ ചിമിഴിലടച്ചവർ.

സൂര്യൻ പടിഞ്ഞാറൊടുങ്ങുന്നിതെന്നും;
സൂര്യൻ പടിഞ്ഞാറണഞ്ഞസ്തമിപ്പൂ.
ജയിച്ചന്ധകാരം പരക്കുന്നു പിന്നെ;
ഭയത്തിൻ സുഹൃത്തിൻ പ്രഭാവമറിഞ്ഞോർ,
തേടിയതസ്തമിക്കാത്ത സാമ്രാജ്യമാ-
ണൂഴിയിങ്കൽ പടിഞ്ഞാറിൻ മനസ്സുകൾ.
മൃത്യു ഘനിഷ്ഠമാം ദ്രവ്യത്തെയൂർജ്ജമായ്,
ദ്രവ്യമായൂർജ്ജവും മാറ്റി നേടും മഹാ-
വീര്യത്തെ, വർത്തമാനത്തിൻ വിഭൂതിയെ,
തേടി പ്രകൃതിയെ വെല്ലുവാൻ യാന്ത്രിക-
ചിത്തങ്ങൾ, വിസ്മയവിദ്യകൾ തീർത്തവർ
സുസ്ഥിരലോകത്തെയോർത്തില്ലൊരിക്കലും.

വിനാശത്തെ നേർക്കുനേർ കാണുന്നൊരിന്നിൻ
വിലാപങ്ങളിൽ നവ്യചിന്ത തൻ നാമ്പുകൾ
തേടുകയാണു സമന്വയം, ജീവനെ
സുസ്ഥിരമാക്കുന്ന വിദ്യയെ, ജ്ഞാനത്തെ.
എന്നും കിഴക്കുദിക്കുന്ന വെളിച്ചത്തെ
എല്ലാ മനസ്സിലും സന്നിവേശിപ്പിച്ചു
പുത്തൻ പ്രഭാതമുണർത്തുവാനാകട്ടെ
ഭാരതമണ്ണിലെയിന്നിന്റെ ചിന്തകൾ. ■

പിരാക്ക്

എനിക്ക് പിരാകുവാൻ ഉള്ളത്
കാലത്തെ മാത്രമാണ്.
ജീവിതത്തെ അനുസ്യൂതം നിയന്ത്രിക്കുന്ന
പ്രതിഭാസങ്ങൾ നിരവധി.
സ്ഥലം, കാലം, പ്രഭാവം എന്നിങ്ങനെ.
അതിൽ കാലത്തോടാണ്
എനിക്ക് ഏറ്റവും പരാതി.

സമയാകാശങ്ങളിൽ
വർത്തമാനകാലവുമായുള്ള
അഭിമുഖമാണ് ജീവിതം.
ഈ അഭിമുഖം
ഇരുപതാം നൂറ്റാണ്ടിന്റെ
ഉത്തരാർദ്ധത്തിലും
ഇരുപത്തിയൊന്നാം നൂറ്റാണ്ടിന്റെ
പൂർവാർദ്ധത്തിലും
ക്രമീകരിച്ചതിലാണ് എനിക്ക്
കാലത്തോടു പരാതി.
ഒരുപക്ഷേ, അതിന്
കാലം കുറ്റപ്പെടുത്തുന്നത്
എന്നെത്തന്നെ ആയിരിക്കും.
ഈ സമയത്ത് എന്തിനിങ്ങു വന്നു
എന്നു ചോദിച്ചാൽ അതിന്
എനിക്കെന്തെങ്കിലും ഉത്തരമുണ്ടോ?

പിന്നെ എന്താണ് കാലത്തോടുള്ള
എന്റെ പരാതി?

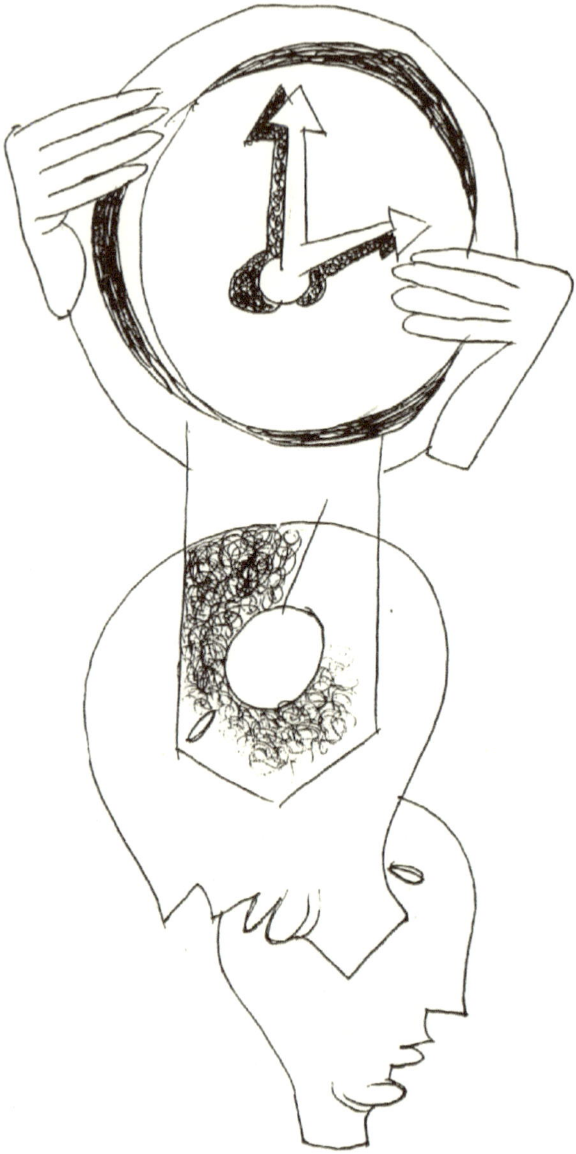

അണുബോംബുകൾ വർഷിക്കപ്പെട്ട
രണ്ടാം ലോകമഹായുദ്ധത്തിന്റെ
മൂഢപൈശാചികതയ്ക്കു ശേഷമാണ്
എന്റെ സമയം ആരംഭിച്ചത്.
ഭൗമതാപനവും കാലാവസ്ഥാവ്യതിയാനവും
അതിജീവനം ആശങ്കാകുലമാക്കിയ
ലോകത്തിൽ അതെന്നെ
എത്തിച്ചിരിക്കുന്നു.
വിനാശത്തിൽ നിന്നു
സർവവിനാശത്തിലേക്കു നീങ്ങുന്ന
പെൻഡുലം
അശുഭമല്ലാതെ മറ്റെന്താണ്
അടയാളപ്പെടുത്തുന്നത്?
ഭാവിയിലേക്കു മൂന്നാംകണ്ണില്ലാതെ
മനുഷ്യൻ ഇരുട്ടിൽ തപ്പുന്ന കാലം.

രാത്രിയുടെ അവസാനയാമങ്ങളിൽ
കാലത്തെ പിരാകുന്നതു കേട്ടെത്തിയ
സൂര്യരശ്മികൾ എന്തോ പറയുന്നുണ്ട്.
കാലത്തോടുള്ള പിരാക്ക്
സ്വന്തം മനസ്സിലേക്കുതന്നെയാണ്
തിരിച്ചെത്തുന്നതെന്നാണോ?
മനസ്സു കാലത്തിൽനിന്ന്
കലയെ സൃഷ്ടിച്ചിരുന്നെങ്കിൽ
പിരാകേണ്ടിവരില്ലായിരുന്നുവെന്നോ?

ലോകം സത്യമെന്നു തോന്നുന്ന
അസത്യമെങ്കിൽ
കല അസത്യമെന്നു തോന്നുന്ന സത്യം.
അതുകൊണ്ട് കലഹമല്ല,
കലയാണ് ജീവിതമാകേണ്ടത്,
ജീവിതം കലയും.
കാലത്തിൽ നിന്നു കലഹത്തെയല്ല,
കലയെ സൃഷ്ടിക്കുന്നതാണ്
മനസ്സിന്റെ സർഗ്ഗാത്മകദൗത്യം.
അതിൽ പുലരിയിലെ നീഹാരം പോലെ
അനുഗ്രഹങ്ങളാവും
പൊഴിഞ്ഞുകൊണ്ടിരിക്കുന്നത്. ■

പൈതൃകം

ഭൂവിതിൽ പല നൂറ്റാണ്ടു
കഴിഞ്ഞൂ മർത്ത്യജീവിതം.
അതു നേടിയ സമ്പാദ്യ-
മേറ്റുവാങ്ങുന്നു ഭാവികൾ.

'പൈതൃകം ഞങ്ങളൂഴിയിൽ
തന്നതിഷ്ടമോ മക്കളേ!'
പുത്തൻ തലമുറയോടായ്
ചോദിപ്പൂ പ്രപിതാമഹർ.

രാഷ്ട്രചരിത്രം വായിപ്പൂ
യുവത്വം, പിന്നെ ചോദിപ്പൂ
'എന്തിനിത്രയും യുദ്ധങ്ങൾ
നിങ്ങൾ ചെയ്തിങ്ങു, പൂർവ്വരേ?

ഹ്രസ്വജീവിതകാലത്തി-
ലൂഴിയിൽ യുദ്ധമിത്രയും
ചെയ്തോർ നിങ്ങൾക്കു യുദ്ധങ്ങ-
ളില്ലാസ്വർഗ്ഗം ഭവിക്കുമോ?

വേണ്ട ഞങ്ങൾക്കു യുദ്ധത്തിൻ
പൈതൃകം, നിങ്ങൾ വാണിടും
ലോകത്തു കൊണ്ടുപോയാലും
യുദ്ധകാകോളമാരണം.'

ശാസ്ത്രത്തെപ്പിന്നെ നോക്കുന്നൂ:
'ഭക്ഷണം, വസ്ത്രം, പാർപ്പിടം,

ഔഷധം, വെട്ടം, സഞ്ചാരം,
ശാസ്ത്രമെത്ര മനോഹരം.

ശാസ്ത്രപൈതൃകമത്യന്തം
അഭിമാനാർഹമെങ്കിലും,
ആയുധങ്ങളാലെത്രയ്ക്കു
ശാസ്ത്രചരിത്രം ഹീനമായ്.

എങ്കിലും നരവംശത്തി-
നില്ല മെച്ചമായ് വേറൊന്നും.
ശാസ്ത്രത്തിൻ വഴിയല്ലാതെ
സുസ്ഥിരത്വവുമെങ്ങനെ?'

മതങ്ങളിങ്ങു സൃഷ്ടിച്ച
മനുഷ്യാവസ്ഥയോർക്കവേ,
ചിന്തിക്കും യുവതയ്ക്കേവം
സന്ദേഹം വാച്ചു, ഖേദവും.

'മതങ്ങൾ നന്മയെന്നാകിൽ
ഈശ്വരന്മാരുമങ്ങനെ.
എങ്കിലെല്ലാർക്കുമൊന്നിച്ചു
കഴിയാൻ തർക്കമെന്തിനായ്?

തർക്കമീശ്വരന്മാർ തമ്മി-
ലൊന്നുമില്ലായ്കിലെന്തിനായ്,
അവർക്കായ് മർത്ത്യർ പോരാടും
പൈതൃകം തീർത്തതൂഴിയിൽ?'

കണ്ടൂ മഹത്താം രാഷ്ട്രങ്ങൾ,
മനസ്സിലാകാശം തീർപ്പോർ,
യുവാക്കൾ ചോദ്യമായ്, 'സ്വസ്ഥ
ലോകമല്ലേ മഹത്തരം?

പ്രാപ്തിയില്ലതിനെന്നാകിൽ
മഹത്വമെന്തീ ലോകത്തിൽ?
മഹത്വമില്ലാലോകത്തിൽ
രാഷ്ട്രമഹത്വം സാധ്യമോ?'

പൂർവസൂരികൾ സന്താപ-
പൂർവം സ്തബ്ധരായ് നിൽക്കവേ,
മക്കളോതി: 'മഹത്താകും
പൈതൃകം ഞങ്ങൾക്കേതെന്നോ?

അക്ഷരങ്ങൾ, സർഗ്ഗാരമ്യ-
സൃഷ്ടികൾ, മഹത്ചിന്തകൾ,
വിജ്ഞാനാമൃതവാഹിനീ-
വിസ്മയങ്ങളുമങ്ങനെ.

കഠിനം ലോകമാണന്നി-
ങ്ങതിജീവനം ദുഷ്കരം.
എങ്കിലും നിങ്ങൾ തീർത്തല്ലോ
സത്യസൗന്ദര്യസന്മയം.

ഹൃത്തിൽ സൂര്യനുദിപ്പിക്കും
നിത്യകാരുണ്യഭാവങ്ങൾ,
അവ ഞങ്ങൾക്കു നല്കിയോർ,
നിങ്ങളാം പ്രിയപൂർവികർ.

മറക്കാ പൈതൃകം ഞങ്ങൾ,
മഹത്തായതു സർവവും,
കരിങ്കുത്തുകൾ മാറ്റേണ്ട
കർത്തവ്യം നിറവേറ്റവേ.' ■

പുണ്യദർശനം

ചിന്ത വളർത്തി പ്രപഞ്ചസത്യം
എന്തെന്നു തേടിയോരെന്തു കണ്ടു?
രണ്ടാണിടം തിരഞ്ഞീടുവാനായ്,
രണ്ടാണിടമതു കാണുവാനായ്.
അണ്ഡകടാഹചക്രം തിരിയും
അപ്രമേയാകാശക്കൂരിരുട്ടിൽ
കാണുവാനായേക്കാം, കാഴ്ച സർവം
കണ്ണിലൊരുക്കിയ വൈഭവത്തെ?
അല്ലായ്കിൽ കാണുമോ സൂക്ഷ്മാണുവിൻ
ചഞ്ചലചൈതന്യചാരുതയിൽ?
അങ്ങയെക്കാണുവാൻ നോക്കിടേണ്ട-
തങ്ങുമല്ലെന്നു ചൊല്ലുന്നതാരോ?

കാണാമിവിടെയവിടെയെന്നും
കേട്ടു പാഞ്ഞങ്ങിങ്ങു മർത്യലോകം.
രണ്ടാണിടം തിരഞ്ഞീടുവാനായ്,
രണ്ടാണിടമെന്നു കണ്ടു പിന്നെ.
ഒന്നു കടലിൻ നടുക്കു തന്നെ,
പിന്നെയചലഹൃദന്തത്തിലും.
സാദരം മാനുഷർ നീരലയായ്
സാഗരതീർത്ഥമായ് മാറുമൊന്നിൽ.
എന്നാൽ ഗിരിശൃംഗശൂന്യതയിൽ
ഏകാന്തതയുടെ ഗഹ്വരത്തിൽ,
സത്യം തിരഞ്ഞുപോയ്, ജീവിതത്തിൽ
മായയെക്കാണും മനീഷിവൃന്ദം.

കാണുവാനാർത്തലയ്ക്കും ജനത്തെ,
കാട്ടിലൊറ്റയ്ക്കു വാഴുന്നോരെയും,
കണ്ടു നഭസ്സിൽ നക്ഷത്രജാലം
കാതലാം സത്യമെഴുതിടുന്നു:
'നിൽക്കുന്നിടത്തു നിന്നീശ്വരനെ
നിത്യവും കാണുവോരാണു ഞങ്ങൾ.
നിൽക്കുന്നിടത്തു കാണ്മാൻ കഴിയാ-
തക്ഷികളന്ധമായ് തീർന്നുവെങ്കിൽ,
കാണുകില്ലെങ്ങുപോയ് നോക്കിയാലും,
കാലാതിവർത്തിയായുള്ള സത്യം.
കൺതുറന്നീടുവാൻ ചിന്ത പോരും,
ഹൃത്തുണർന്നീടുവാനുണ്മ പോരും.
കാണുവാനെങ്ങുമേ പോയിടേണ്ടാ,
കണ്ടവർ മാത്രമേ ചൊൽകവേണ്ടൂ.
കണ്ടവർ മറ്റുള്ളോർക്കേകിടട്ടേ
കാഴ്ച തൻ നിസ്തുലമാം രഹസ്യം.
സത്യവും ധർമ്മവും സ്നേഹവുമായ്
നിത്യതയാവും പ്രകാശപുഞ്ജം.' ■

ജീവന്റെ മടക്കം

ഭ്രമണം ചെയ്യും നീലകളേബരി,
ഭൂമിയെ നോക്കി സശങ്കം
നിലകൊള്ളുകയാണുയരെ നഭസ്സിൽ
നിരംഗനാമൊരു ജീവൻ.

താഴെയണഞ്ഞൊരു ഗർഭാഗാരം
തന്നുരുവാലയമാക്കാൻ,
ഇനിയൊരു ജന്മം കഴിയാനൂഴിയിൽ
ഇടമെങ്ങെന്നു തിരക്കി
അകലെ സ്ഥിതിയാണാത്മാത്മകനായ്,
അദൃശ്യനായൊരു ജീവൻ.
നാനാനാടുകൾ താഴെ, നവാനവ-
നാമാങ്കിതസംസ്കൃതികൾ,
പലവർണ്ണങ്ങൾ, പലവിധഭാഷകൾ,
പലജനജീവിതവഴികൾ.
നിമിഷസമാനം ജന്മ,മൊടുക്കം
നിഖിലാശ്രയമാറടിയാം.
എങ്കിലുമെ,ന്നതുവരെയിപ്പാതകൾ
എത്ര വിചിത്രവിശേഷം.

താഴെക്കാണ്മൂ, ദുഷ്കൃതിയക്രമ-
താണ്ഡവമാഹവമേളം.
കോലാഹലമാണെങ്ങു,മശാന്തി-
ക്കോലപ്പടയണിഘോഷം.
മനുജകുലത്തെ വഹിപ്പോളബലയു-
മനുശാസിതയും ഭൂവിൽ!
ജന്മമിതെങ്ങു? വെളുത്തവനാമോ,
വർണ്ണവിവേചിതനാമോ?

മതവും വർഗ്ഗവുമെന്താവാമതു
ഹതവിധിയെന്നായ് വരുമോ?
വെറിയുടെ യുദ്ധക്കളിയിൽ തങ്ങളി-
ലറിയാത്തവരെ വധിക്കാൻ
അഥവാ, ഹതനായ് വീഴാൻ വിധിയുടെ
വ്യഥവിരൽ കല്പിച്ചിടുമോ?

എവിടെ ജനിച്ചിടു,മെങ്ങു മരിച്ചിടു-
മെന്നറിയാപ്രതിഭാസം,
ബോധകണം വികസിച്ചഖിലാണ്ഡവു-
മതിലുൾക്കൊള്ളും ഭാസം,
ജീവിതമിന്നു വരിച്ചീടുകയോ,
നിരസിക്കുകയോ വേണ്ടൂ?
പുതുജീവന്നു വികല്പം - ജന്മം
ക്ഷിതിയിലെ ലോകത്തേതിൽ?
പാർത്തലമേകമി,തിങ്ങു മനുഷ്യൻ
തീർത്തതനേകം ലോകം.
ഒന്നും രണ്ടും മൂന്നും നാലും
മന്നിൽ പലപലലോകം.
ഒന്നാംലോകത്തെത്തണ,മാശയ-
തൊന്നേയിതരർക്കെല്ലാം.

വിഹഗസമാനം നോക്കീ മാനുഷ-
വിരചിതലോകം താഴേ.
മൃതിയും ഭയവുമിരുട്ടറ തീർക്കും
ക്ഷിതിയെക്കണ്ടു നടുങ്ങീ,
പുതുജന്മത്തിൻ സ്വാതന്ത്ര്യം പര-
നരുളിയതാർന്നൊരു ജീവൻ
ധരയിൽ ജീവിതചൂതാട്ടത്തി-
ന്നിരയാകാനില്ലെന്നായ്
പരമാത്മമഹസ്സിൽ തിരികെപ്പോയ്
പരിശോഭം വിലയിച്ചു.
മിഹിരൻ മിഴികളടച്ചു, ഭൂമിയി-
ലിരുളിൻ പടകളുണർന്നൂ,
ആകാശത്തിൽ നക്ഷത്രങ്ങളൊ-
രദ്ഭുതലോകം തീർക്കേ. ■

നക്ഷത്രങ്ങൾ കൊഴിയുമ്പോൾ

കനവിലക്ഷരത്തുമ്പകളായ് വിരി-
ഞ്ഞിവിടെ നിങ്ങളീ പാടവരമ്പിലെൻ
വരവു നോക്കി വെൺസുസ്മിതത്തെല്ലിനാൽ
ഇരവിനെക്കതിരാക്കിയോർ, വിണ്ണവർ.
വെളിവുതിർത്തെന്റെ വിണ്മുഖമുറ്റത്തു
നിരനിരയായെരിഞ്ഞ പൂക്കുറ്റികൾ.
തരികളായ് കനൽപ്പൊട്ടുകൾ വീഴ്ത്തിയെൻ
ദുരിതവാങ്മയം വിസ്ഫുരിപ്പിച്ചവർ.
അരികിലെത്തിയ ശൂന്യതയ്ക്കേകിയോ-
രരിയ കുഞ്ഞുടുപ്പാർന്ന വെൺമുത്തുകൾ.
രുദിതകാളിമ കീറി നിലാവിന്റെ
നിനവൊരുക്കിയ വജ്രശലാകകൾ.

അധരമാകെ വരണ്ടുണങ്ങും ദാഹ-
ഭരിതവേനലിൽ വെണ്മുലപ്പാലിലെ
മസൃണവാത്സല്യമല്പം കിനിയുവാൻ
മിഴിയുയർത്തുന്ന ദൈന്യക്കുടന്നയിൽ,
ഇരുളു കാച്ചിയതാം വിഷം സ്വാർത്ഥതാ-
മധുരവും ചേർത്തു നൽകിയ മേഘത്തിൻ
കടുതയിലുയിർ മങ്ങിമയങ്ങി വീ-
ണൊടുവിൽ മൃത്യു ചുംബിക്കുമുഡുക്കളേ!
ഒരു മല പറിച്ചെത്തുമോ പച്ചില-
മൃതസഞ്ജീവനിയേകുവാൻ, കാറ്റിന്റെ
അരുമപുത്ര,നിവിടെയുണർവിന്റെ
ഹരിതകാമന ജീവൻ ധരിക്കുവാൻ.

മലരുകൾ പോൽ കൊഴിഞ്ഞുവീഴുമ്പൊഴും
മറവി വെൺകൽക്കുറിപ്പു മായ്ക്കുമ്പൊഴും
ഒഴുകുമപ്പൂപ്പൻ താടികൾ, വാക്കുകൾ
ഇഴപിരിഞ്ഞകന്നസ്തമിക്കുമ്പൊഴും
വരകളേതു വഴിക്കു പോകേണമെ-
ന്നറിവെഴാതെ കുഴഞ്ഞുവീഴുമ്പൊഴും
ക്ഷരനിബദ്ധമാണിങ്ങു സമസ്തമെ-
ന്നിരവു മണ്ണിന്റെ മെയ്യു മൂടുമ്പൊഴും
ഭ്രമണമെന്നൊരു ശാശ്വതവിസ്മയ-
മെഴുതുവാനൊരുമിക്കുക, നാളെയും
വരിക നിങ്ങൾ, വെളിച്ചം തിരയുന്ന
മിഴികൾ കാണുമിങ്ങപ്പൊഴു,മെപ്പൊഴും. ■

സമയാകാശം

ചതുർമാനപ്രപഞ്ചത്തിൽ മൂന്നരമാനത്തിലാണെൻ
ഗതി,യെന്നിൽ കാലം വെറും പകുതിമാനം.
സ്മരണയാം ഭൂതകാലം, ഭാവനയിലല്ലോ ഭാവി,
അരമാനം വർത്തമാനമെനിക്കു സ്വന്തം.
ഭൂതകാലം വാത്സല്യക്കൈമാടിമാടി വിളിക്കുമ്പോൾ,
ഭാവി മോഹച്ചിലങ്കകൾ കിലുക്കിടുമ്പോൾ,
വർത്തമാനത്തടങ്കലിൽ നിന്നും പുറത്തെത്തീടുവാൻ
വ്യർത്ഥശ്രമം തുടരുന്നെൻ മനസ്സെപ്പോഴും.
എന്തിനെന്നെ ബന്ധിച്ചതീ ഭവത്കാലം? അസ്ഫുടമാം
ചിന്തകളിൽ സ്വത്വം തിരഞ്ഞുഴറുവാനോ?
ഇല്ലെനിക്കു മറ്റൊന്നു,മീ പാതിമാനമരുളുന്ന
ചില്ലയല്ലാതൊന്നുമില്ല താങ്ങിനിർത്തുവാൻ.
മോഹമേകും ഭാവി,യെന്നാൽ മോഹഭംഗമല്ലോ ഭൂതം,
മോദമാശിച്ചവയിൽ ഞാനഭിരമിപ്പൂ.
ചതുർമാനപ്രപഞ്ചത്തെ മൂന്നരയിൽ പ്രക്ഷേപിക്കും
ചതുരസങ്കല്പത്തിന്റെ ചലച്ചിത്രം ഞാൻ.
ചലനമായറിയുന്നേൻ ഭവത്കാലോന്മീലന,മാ
ചലനത്തിൽ കുടുങ്ങുന്നെൻ ശലഭബോധം.
സമയത്തിൻ വിമാനത്തിൽ ചരിക്കുമ്പോളെന്നജ്ഞാന-
തമസ്സിൽ നിന്നടരുന്നൂ സുഖദുഃഖങ്ങൾ.
അനന്തമാം ചലനത്തിന്നഗണ്യമാം സൂക്ഷ്മകണ-
മെനിക്കു വല്മീകത്തപസ്സിരിക്കുവാനായ്,
ഭവത്കാലത്തടവറയൊരുക്കിയതാരെന്നക-
മവിരാമസന്ദേഹത്താൽ തിരഞ്ഞിടുന്നൂ.

കൊതിക്കുന്നേനെന്നിൽ ജീവിച്ചേകീഭവിച്ചിടും ഭൂതം,
മൃതിക്കുമപ്പുറം നീളും ഭവിഷ്യകാലം.
തടങ്കലിതറിയുന്നേൻ, അറിവല്ലോ വിമോചനം,
തടസ്സങ്ങൾ തകരുന്നതറിവിലല്ലോ.
ജീവൽസ്പന്ദസ്മരണകൾ, ഭവിഷ്യത്തിൻ കിനാക്കളും
ദേവമാർഗം വിരചിക്കുമുണ്മയിലൂടെ,
ചതുർമാനപ്രപഞ്ചത്തിൽ സവിസ്മയസന്ദീപ്തനായ്,
വികസ്വരാവേഗങ്ങളിലചഞ്ചലനായ്,
കതിരോനെ കൺകുളിർക്കേ കാണട്ടെ ഞാൻ, ചലനത്തിൻ
മൃതികരാലിംഗനവിമുക്തനാകട്ടെ.
പുറത്തല്ല കൺകൾ, പുറത്തുള്ളതതിൻ നിഴൽമാത്രം,
അറിവൊന്നേ മുഗ്ധം, സത്യ,മറിവാനന്ദം. ■

ചാകര

അന്തിയായി, മയങ്ങുവാൻ കടൽവീട്ടിലെത്തേണം,
അന്തികത്തിലണഞ്ഞു സൂര്യനിറങ്ങിടുന്നേരം
എന്തു കാണ്മു കടപ്പുറ,ത്തൊരു മേളമാണല്ലോ,
സന്ധ്യയും ചെറുമന്ദഹാസമൊടങ്ങുനില്പല്ലോ.
കടലിനെന്തൊരു ശാന്തഭാവമതോർത്തുനില്ക്കുമ്പോൾ
കളിയിടത്തിലണഞ്ഞു താരകൾ കണ്ണുചിമ്മുന്നൂ.

ചന്തമോടു കിഴക്കു മാന,മതിന്റെ കാൻവാസിൽ
ചെമ്പനീരലരുണ്മ സൂര്യനു ചിത്രമാക്കുമ്പോൾ,
ആർത്തിരമ്പി വരുന്ന വെൺതിരമാലകൾക്കെതിരേ
നേർത്ത ജീവനതൃഷ്ണ വഞ്ചികളായ് കുതിക്കുന്നൂ.
കാണ്മതാണതു നിത്യവും, പകൽ പോയിടുന്നേരം
കാറ്റിനൊത്തുവരുന്നു തോണി നിറച്ചൊരധ്വാനം.

കടലിടയ്ക്കു വരുന്നു കൈകൾ നിറച്ചു സന്തോഷം,
കുടിലുകൾക്കു തെളിച്ചമേകുവതിന്നു സമ്മാനം.
കടലുമക്കളറിഞ്ഞിടുന്നതിലമ്മവാത്സല്യം,
കരയിലെത്തിയണച്ചിടുന്നൊരു ചാകരപ്പൂരം.
ഇവിടെയുത്സവമാണു ചാകര, തീരമെമ്പാടും
മണലുപോൽ വിതറുന്നു മീനുകൾ, കൈകളായ് തിരകൾ.

അറിയുകമ്മേ,യളവെഴാതിങ്ങരുളി മത്സ്യങ്ങൾ,
അതിലുമാനന്ദിപ്പു നിന്നുടെ കരുതലിൽ ഞങ്ങൾ.
പ്രഹരമേകുമിടയ്ക്കു നിൻകരമെന്നു വന്നാലും,
ഉറവതിന്നും കരുതലായിടുവാൻ കനിഞ്ഞാവൂ!
ഇളയിലെങ്ങും വിതറിടാവൂ മർത്ത്യഹൃത്തുകളിൽ
കരുതലിൻ നിനവിന്റെ ചാകര വിശ്വകാരുണ്യം. ■

വെള്ളവും വീഞ്ഞും

വെള്ളം മഹാത്ഭുതം; വീഞ്ഞിനെക്കാട്ടിലും
വെള്ളമാണീ പ്രപഞ്ചത്തിൻ മഹാത്ഭുതം.
വീഞ്ഞിനെ വെള്ളമാക്കുന്നതത്യത്ഭുതം,
വീഞ്ഞിനല്ലായ്കിലേറീടും സമുന്നതി.
ജീവനെ ഭൂവിൽ മെനഞ്ഞൂ ജലം, പിന്നെ
ജീവവൃക്ഷങ്ങളാൽ തീർത്തു വൻകാടുകൾ.
വെള്ളത്തിലൂർജ്ജമുണ്ടുണ്ടതിൽ പ്രാണനു-
മുള്ളം നിരാസക്തനിസ്സംഗമെങ്കിലും.
കത്തുന്നതുണ്ടതിൽ, കത്താൻ തുണപ്പതും,
കത്താതെയെന്നാലതു തീ കെടുത്തിടും.
എല്ലാത്തിനേയുമുയർത്തുവതെങ്കിലും
എപ്പൊഴും താഴേയ്ക്കൊഴുകാനതിൻ ശ്രമം.

ശയ്യയാണെല്ലാറ്റിനും ജലം, വിശ്രമ-
ശയ്യ വേണ്ടായതു മണ്ണിനു സാന്ത്വനം.
കൺമിഴിക്കുമ്പൊഴും കണ്ണടയ്ക്കുമ്പൊഴും
ചേതന കാംക്ഷിപ്പതൊന്നുമാത്രം - ജലം.
സങ്കോചമാണെന്തിനും ഖരാവസ്ഥയിൽ,
സത്വരമപ്പോൾ ജലം വികസിച്ചിടും.
അഗ്ഗുണത്താൽ നിലകൊൾവു ജീവൻ, മറി-
ച്ചാവുകിൽ ചാവുകടൽ മാത്രമാഴികൾ.
താപമേറുമ്പോളവസ്ഥകൾ മൂ,ന്നവ
ജീവനത്തിങ്കലൊരുമിപ്പു ഭൂമിയിൽ.
എത്ര വിചിത്രമാണാരുമറിഞ്ഞതി-
ല്ലൊറ്റക്കണിക രചിച്ചിടും വിസ്മയം.

ഏതു കണ്ണുകൾക്കാവും
വെള്ളത്തിൻ മഹാത്ഭുതം
കാണുവാൻ ദൈവത്തെയും
കാണുമക്കൺകൾ ഭൂവിൽ. ■

ശിലാലിഖിതങ്ങൾ

(കലിംഗയുദ്ധത്തിൽ ആയിരക്കണക്കിനാളുകളുടെ കുരുതി കണ്ട് പശ്ചാത്തപിച്ച മഹാനായ അശോകചക്രവർത്തി BC 263-ൽ ബുദ്ധമതം സ്വീകരിക്കുകയും ധാർമ്മികഭരണത്തിന്റെ നിയമങ്ങൾ ശിലകളിലെഴുതി രാജ്യത്തിന്റെ വിവിധഭാഗങ്ങളിൽ സ്ഥാപിക്കുകയും ചെയ്തതായി ചരിത്രം.)

ശിലയിലെന്താണെഴുതേണ്ടതെന്നോർപ്പു ഞാൻ,
ശിലയിൽ ഞാനെന്താണെഴുതിടേണ്ടൂ?
ഭാരതവർഷഭരിതമാണെന്നധി-
കാരവുമെന്നുടെ കീർത്തിവായ്പും.
പലമതധാരകൾ, പലവിധഭാഷകൾ,
പലപലസംസ്കാരജനപഥങ്ങൾ,
ഒരുമയ്ക്കു ജനതയ്ക്കു ഞാനെന്തു സന്ദേശ-
മരുളണമീ ശിലാലേഖനത്തിൽ.

ചാണക്യനീതിയുമർത്ഥശാസ്ത്രങ്ങളും
ചേണായ് പഠിച്ചതെൻ ബാല്യകാലം.
ചോരയിൽ കെട്ടിപ്പടുത്തു ഞാൻ മൗര്യാധി-
കാരമേൽക്കോയ്മ തൻ കൊത്തളങ്ങൾ.
തക്ഷശിലയിലുമുജ്ജയിനീപുര-
ത്തിങ്കലും പാറി ധ്വജപടങ്ങൾ.
പിന്നെക്കലിംഗത്തിലെത്തി ഞാൻ യുദ്ധത്തി-
ലെന്നാധിപത്യസമ്പൂർണ്ണതയ്ക്കായ്.

ആയിരമായിരമാളുകൾ, ഹിംസ തൻ
ആസുരമൂർത്തികളായ് ഭവിച്ചോർ

വെട്ടിയും കുത്തിയും കൊല്ലുന്നതേ നര-
ശ്രേഷ്ഠതയെന്നു ധരിച്ചുവച്ചോർ,
ചെന്നിണം വാർക്കും കബന്ധങ്ങളാലന്തി-
ച്ചെമ്പട്ടു ഭൂവിൽ വിരിച്ച നേരം
മിന്നൽപോലെന്നിൽ ജ്വലിച്ചതാണാ സത്യം
മിന്നുമഹിംസ തൻ ദിവ്യമർമ്മം.

അതു ഞാൻ ശിലകളിലെഴുതട്ടെ,യെല്ലാരു-
മറിവാനഹിംസാസനാതനത്വം.
അതുകണ്ടറിഞ്ഞു ബോധോദയമാർന്നൊരാ
ജിതലോകനാം മുനി ബോധിസത്വൻ,
അവിടുന്നരുളിയ കാരുണ്യപാഠങ്ങ-
ളെഴുതട്ടെ ഞാനീ ശിലാതലത്തിൽ.
ഒരുനാളുമിനിയില്ല കുരുതി,യെന്നൗദ്ധത്യ-
വരുതി വളർത്തുവാനില്ല യുദ്ധം.

മൃഗജാതി, മത്സ്യങ്ങൾ പോലുമഹിംസ തൻ
തണലിൽ വാഴുന്നതെൻ ധർമ്മമല്ലോ.
എഴുതട്ടെ ഞാനിതു,മാരുമേ സ്വന്തമാം
മതമൊന്നേ ശ്രേഷ്ഠമെന്നോർത്തിടൊല്ല.
ഇതരമതങ്ങളികഴ്ത്തലുമേൽക്കൊലാ
മടയർ തൻ വാക്കിനാലെന്റെ നാട്ടിൽ.
രണവും മരണവും മായട്ടെ, ധർമ്മമി-
ങ്ങുണരട്ടെയെൻ നാടശോകമാവാൻ.

സഹസ്രാബ്ദങ്ങൾ കൊഴി-
ഞ്ഞെങ്കിലും ശിലാലേഖ-
പ്പൊരുൾ കാണുവാൻ കഴി-
വാർന്നതില്ലിന്നും ലോകം. ■

നിർമ്മിതബുദ്ധി

ആകാശവും നക്ഷത്രങ്ങളും ഭൂമിയുമെല്ലാം
ഈശ്വരൻ സൃഷ്ടിച്ചു.
സൃഷ്ടിച്ചതെല്ലാം നല്ലതെന്നു കണ്ട്
സൃഷ്ടിയുടെ അവസാനം
മനുഷ്യനെ സൃഷ്ടിച്ചു.
എന്നിട്ട് സൃഷ്ടി നടത്തുവാനുള്ള
സ്വന്തം വിശേഷബുദ്ധിയെ അവനു നല്കി.
ഈശ്വരൻ ചിന്തിച്ചു: 'ഇനി സൃഷ്ടിയിൽ നിന്നു
വിരമിക്കാം; മനുഷ്യൻ
സൃഷ്ടികർമ്മത്തിന് പ്രാപ്തനായിരിക്കുന്നു.'

നക്ഷത്രങ്ങൾ ഭൂമിയെ
അസൂയയോടുകൂടി നോക്കി.
ഭൂമിയെക്കാൾ അനന്തകോടിമടങ്ങു
വലിപ്പവും സ്വയംപ്രകാശവുമെല്ലാം
ഉണ്ടായിട്ട് എന്തു കാര്യം?
സൃഷ്ടികർമ്മത്തിന് കഴിവുള്ള
മനുഷ്യനെ ധരിക്കുന്നത്
ധര മാത്രമാണല്ലോ.
അവർ പരസ്പരം അടക്കം പറഞ്ഞു.
ഈശ്വരന്റെ ഇംഗിതത്തിനെതിരെ
എന്തു ചെയ്യാൻ കഴിയും?

മനുഷ്യൻ സൃഷ്ടി ആരംഭിച്ചപ്പോൾ
സൃഷ്ടിയുടെ അനന്തസാധ്യതകൾ കണ്ടു.

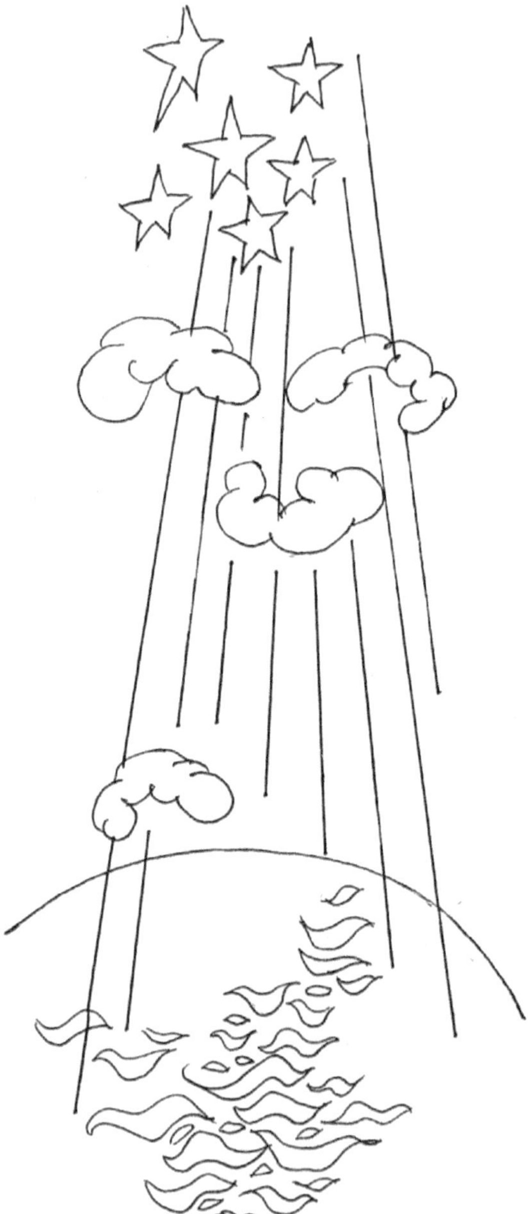

സൃഷ്ടിക്കു വേണ്ടി എന്തെല്ലാമാണ്
ഈശ്വരൻ ഒരുക്കിയിരിക്കുന്നത്?
നിയമങ്ങൾ, പദാർത്ഥങ്ങൾ, പ്രതിഭാസങ്ങൾ.
ചിന്തകൾ, സങ്കല്പങ്ങൾ, ഭാവനകൾ.
സൃഷ്ടികർമ്മം മനുഷ്യന്
പ്രചോദനവും ആവേശവുമായി.
ജീവിപ്പിക്കുന്നതിനും
നശിപ്പിക്കുന്നതിനുമുള്ള
ഉപാധികൾ മനുഷ്യൻ സൃഷ്ടിച്ചു.

ക്രമേണ ഈശ്വരൻ സൃഷ്ടിച്ചവയേക്കാൾ
മെച്ചമായതും വിലയേറിയതും
സ്വന്തം സൃഷ്ടികളാണെന്ന്
സ്വാഭാവികമായും മനുഷ്യനു തോന്നിയത്
അത്ഭുതത്തോടെയാണ് ഈശ്വരൻ കണ്ടത്.
വായുവും വെള്ളവും
പ്രകൃതിയും കാലാവസ്ഥയുമൊക്കെ
വിലയും നിലയും കെട്ട്
മനുഷ്യസൃഷ്ടികൾക്കു പിന്നിലായി.
ജീവനെ നശിപ്പിക്കുന്നതിനുള്ള ഉപാധികൾ
ജീവിപ്പിക്കുന്നതിനുള്ളവയെക്കാൾ
പ്രാധാന്യമേറിയവയാവുന്നത്
ഈശ്വരൻ കണ്ടു.

മനുഷ്യന്റെ സൗന്ദര്യസങ്കല്പങ്ങളിലും
മാറ്റം പ്രകടമായി.
സ്വാഭാവികമായി വെളുത്തവ
മനുഷ്യൻ സൗന്ദര്യവർദ്ധനയ്ക്കുവേണ്ടി
കറുപ്പിക്കുകയും കറുത്തവ
വെളുപ്പിക്കുകയും ചെയ്തു.
അതുപോലെ സത്യത്തിനു
സൗന്ദര്യവർദ്ധന വരുത്തുവാൻ
അതിനെ അസത്യമാക്കി മാറ്റി
സത്യാനന്തരകാലം സൃഷ്ടിച്ചു.

മാത്രമല്ല, അതിൽ അസത്യത്തിനെ
സത്യമെന്നു നാമകരണം ചെയ്തു
വാഴിക്കുകയും ചെയ്തു.
ധർമ്മത്തിനു പരിണാമം വരുത്തി
ധർമ്മാനന്തരകാലവും ആരംഭിച്ചു.

സത്യധർമ്മാനന്തരകാലത്തിൽ
മനുഷ്യൻ സ്വയം ഈശ്വരനായി
പ്രഖ്യാപിക്കുകയും പ്രപഞ്ചനിയന്ത്രണം
ആരംഭിക്കുകയും ചെയ്തു.
അപ്പോഴാണ് മനുഷ്യനെന്ന
തന്റെ നിർമ്മിതബുദ്ധിയുടെ
വിനാശഫലങ്ങളെപ്പറ്റി
ഈശ്വരൻ ബോധവാനായത്.
സ്വന്തം സൃഷ്ടി തനിക്കെതിരെ തിരിഞ്ഞപ്പോൾ,
പ്രപഞ്ചനിയന്ത്രണത്തിന്
നിർമ്മിതബുദ്ധി അനിവാര്യമാണെന്ന ചിന്ത
ഈശ്വരൻ മനുഷ്യനിൽ ഉളവാക്കുകയും
മനുഷ്യൻ സ്വയം നിർമ്മിതബുദ്ധി
സൃഷ്ടിക്കാൻ തുടങ്ങുകയും ചെയ്തു. ■

കളിയും കാര്യവും

കളി കാര്യമാക്കിയും കാര്യത്തെയിങ്ങൊരു
കളി പെരിയതാക്കിയും പായുന്നു ജീവിതം.
കളി കാര്യമാക്കിയും കാര്യത്തെയിങ്ങൊരു
കളി പെരിയതാക്കിയും പാളുന്നു ജീവിതം.
പായുന്നു ജീവിതം, പാളുന്നു ജീവിതം,
പാളുന്നതോർക്കാതെ പായുന്നു ജീവിതം.

കളി കണ്ടു സദ്രസം കാഴ്ചത്തിരയ്ക്കു മുൻ-
പൊരുവൻ വിജയം പ്രതീക്ഷിച്ചിരിക്കവേ,
വീഴുന്നു വിക്കറ്റൊടുങ്ങുന്നു റൺസവ-
നാഴുന്നകം തകർത്തെത്തുന്ന മൃത്യുവിൽ.
കളിയിൽ കളിക്കുന്നു വാതുവെ,യ്പിടറുന്നു
കളി കാര്യമാക്കിക്കുതിക്കുന്ന ജീവിതം.

കളിയായി കാര്യങ്ങൾ മാറുകയാൽ വെറും
കളിയായി മാറിക്കഴിഞ്ഞുപോയ് ജീവിതം.
കളിപോൽ തുടങ്ങുന്നു യുദ്ധങ്ങ,ളാളുകൾ
കനലിൽ പിടയുന്നു, വേവുന്നു കുഞ്ഞുങ്ങൾ.
കളിപോൽ രസി,ച്ചതും കാണുന്നു, സമ്പത്തു
വളരുവാൻ നല്ലൊരു മാർഗ്ഗമാണക്കളി.

കളിയാണു കാര്യം, മറിച്ചും; ഈ ജീവിത-
ക്കളി കാര്യമാക്കുന്ന തത്ത്വശാസ്ത്രങ്ങളേ!
എന്നേ പിഴച്ചുപോയ് നിങ്ങളീ ജീവിതം
നന്നേ നിരൂപിച്ചൊരുക്കിയ ചിന്തകൾ.

നിങ്ങളെക്കളിയാക്കിയോടുന്ന വാഴ്‌വിനായ്
നിങ്ങളൊരുക്കുക മൃത്യുപുഷ്പാഞ്ജലി.

കളി കാര്യമാക്കുന്നു, പോകട്ടെ,യർത്ഥമു-
ണ്ടതിലെന്നു കാണ്മവർ കണ്ടോട്ടെ, നേടട്ടെ.
കാര്യത്തെയിങ്ങു കളിയാക്കി മാറ്റുന്ന
കാട്ടാളവൃത്തി പൊറുക്കുന്നതെങ്ങനെ?
കളിയെന്തു കാര്യമെന്തെന്ന തിരിച്ചറി-
വരുളുന്ന വിദ്യയിങ്ങഭ്യാസമാവുമോ? ■

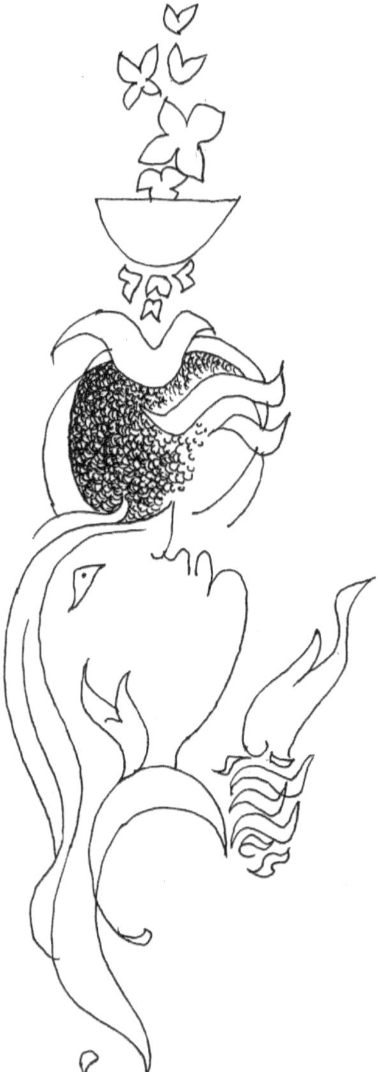

എത്രനാൾ

എത്രനാൾ നിലാവിന്റെ
മൗനനിശ്വാസങ്ങളാൽ
ആത്മാവിൽ മുല്ലപ്പൂക്കൾ
ഉമ്മവച്ചുണർത്തി നീ.

എത്രനാളിരുട്ടിന്റെ
മേലാപ്പിൽ നക്ഷത്രത്തിൻ
ചിത്രവൈഡൂര്യങ്ങൾ തൻ
തിളക്കമിറ്റിച്ചു നീ.

എത്രനാൾ മുടികോതി-
ച്ചിരിച്ചു നീങ്ങും മുഗ്ദ്ധ-
ചിത്തയാം നീരാറിന്റെ
ലാസ്യത്താൽ ത്രസിപ്പിച്ചു.

എത്രനാൾ തിരകൾ തൻ
തഴുകൽരോമാഞ്ചത്താൽ
കൽഹൃദയത്തിൽ സ്നേഹ-
ക്കുളിർമ്മ പകർന്നു നീ.

എത്രനാൾ മഴത്തുള്ളി
വീണകം തളിർത്തെന്നിൽ,
എത്രനാൾ നീഹാരത്താൽ
വേദനയലിഞ്ഞേ പോയ്.

ഇനിയും പ്രപഞ്ചത്തിൻ
കൺവിളക്കുമായ് നിത്യം

പുലരിക്കുരുന്നിന്റെ
പുഞ്ചിരി വിരിഞ്ഞാവൂ.

ഇനിയും വസന്തത്തിൻ
കൈക്കുടന്നയിൽ തഞ്ചും
മഴവിൽമലർത്തൊത്തിൻ
ചാരുത കാണാവൂ ഞാൻ.

വാഴ്‌വിനെ വിരചിക്കും
സർഗ്ഗചൈതന്യത്തിന്റെ
മാൺപെഴും വിന്യാസത്തിൽ
ജീവനുജ്ജ്വലിക്കട്ടേ! ■

ധ്യാനവൃക്ഷം

"എത്രകാലമായ് നിന്നനില്പിലീ വാഴ്വിങ്ങനെ,
എത്രയും വിരസതയില്ലയോ സഖേ, നോവും.
അറിവോരെല്ലാവരുമാശിപ്പൂ ലോകം ചുറ്റാൻ,
അതിനില്ലല്ലോ യോഗം മാമരക്കൂട്ടർക്കാർക്കും.
എപ്പൊഴും ലോകംചുറ്റിക്കാഴ്ചകൾ കണ്ടെൻ കാല-
മിത്രയും കഴിച്ചു ഞാൻ, സൗഭാഗ്യമതെന്നോർപ്പൂ.
കണ്ടു ഞാനാകാശത്തിൻ വെൺകുളിർത്തറയിലേ-
യ്ക്കക്ഷരം പഠിക്കുവാനെത്തുന്ന മേഘങ്ങളെ,
വിജ്ഞാനവിരുന്നവർക്കേകിടും ഗുരുക്കളാം
മഞ്ഞണിക്കൂർമ്പൻതലപ്പാവെഴും ശൈലങ്ങളെ.
അല്ലല്ല, വാക്കിൻ മന്ത്രം കല്ലോലക്കുസൃതികൾ-
ക്കല്പാല്പമോതും പെരുസാഗരപ്പെരുമാളെ.
കുന്നുകൾക്കരഞ്ഞാണമേകിയ നീരാറുകൾ-
ക്കപ്പുറം ഭൂവിൻ സാരിക്കരയാം തീരങ്ങളെ.
കണ്ടു ഞാൻ ലോകാദ്ഭുതമൊക്കെയും, തിരിച്ചെത്തി
വീണ്ടും നിൻ ചാര,ത്തെന്റെ പ്രിയനല്ലോ നീ വൃക്ഷം.
ഭാസുരപ്രപഞ്ചത്തിൻ വർണ്ണനാതീതപ്രതി-
ഭാസങ്ങളനന്തമാം, സ്രഷ്ടാവിൻ കയ്യൊപ്പുകൾ."

ലോകമെമ്പാടും ചുറ്റിയെത്തിയ കാറ്റീ മട്ടിൽ
മാകന്ദസുഹൃത്തിനോടാർദ്രമായുരയ്ക്കവേ,
ചെറുതാം മന്ദസ്മിതമാർന്നു തൻ ചങ്ങാതിയെ
ചെറുശാഖകൾ നീട്ടിയാശ്ലേഷിച്ചോതീ ചൂതം:
"ശരിയാണിടയ്ക്കൊക്കെയെൻ ചെറുപ്പത്തിൽ ഞാനു-
മിതുപോൽ ഗണിച്ചെന്റെ നിശ്ചലദൗർഭാഗ്യത്തെ.

പിന്നെയെൻ മുത്തച്ഛനന്നൊരുനാളെന്നോടോതി:
'ഖിന്നത വാഴ്വിൻപ്രതി പാടില്ലിങ്ങൊരുനാളും.
പ്രപഞ്ചകണത്തിലും വിസ്മയം വിരചിച്ചോൻ
പ്രകടം ചിലർക്കേകി ചലനമെന്നാകിലും,
നിശ്ചലത്വത്തിൻ വിധിയാർന്നോർക്കും തൻ കാരുണ്യം
നിസ്തുലധ്യാനോന്മുഖപ്രജ്ഞയായരുൾകയാൽ,
അതിനാ,ലനന്തമാം സ്ഥൂലലോകത്തെക്കാളും
അതുല്യവിസ്മാപകലോകമാണുള്ളിൽ ചേർത്തൂ.
ആത്മാവിൻ കുടീരത്തിൽ ധ്യാനസംലയമേകി
ആറടി പോലും നേടാനാവാത്ത ജന്മങ്ങൾക്കും.
അന്തരാത്മാവിൻ ലോക,മത്ഭുതലോകം, വാഴു-
ന്നുണ്ടതിൽ പ്രജ്ഞാനമായ്, സത്യമായ് പരാപരൻ.
സൂക്ഷ്മദർശനത്തിന്റെ വിസ്മയം ധ്യാനിക്കുമ്പോൾ
സൂര്യനായതിൽ കത്തും ചിന്ത തൻ സ്ഫുലിംഗം നീ.
മകനേ, ജന്മം സഫലീകരിക്കുക, കാരാ-
ഗൃഹവും തകർത്തുകൊണ്ടുയരൂ വിഹായസ്സിൽ.'

"മുത്തച്ഛനേവം ചൊൽകേ,യക്ഷണം സത്യം മറ-
യ്ക്കുന്നതാം സ്വർണ്ണപ്പാത്രം നീങ്ങിയെൻ കണ്ണിൽനിന്നും.
പ്രിയമിത്രമേ! നന്ദി നിൻ ദയ,യ്ക്കെന്നാൽ നിന്ന
നിലയിൽ ധ്യാനിപ്പതാണെന്റെ സൗഭാഗ്യം വാഴ്വിൽ."

ധ്യാനവൃക്ഷത്തിൻ സ്വരം കേൾക്കവേ, കിളിയൊന്നിൻ
ഗാനത്തിലലിഞ്ഞുപോയ് കാറ്റിന്റെ സമാശ്വാസം. ■

മൃതിവർണ്ണങ്ങൾ

മരണത്തിന്റെ നിറം കറുപ്പല്ല.
കറുപ്പ് അഭാവത്തിന്റെ നിറമാണ്.
മരണം തീർച്ചയായും അഭാവമല്ല.
പിന്നെ മരണത്തിന്റെ നിറം എന്താണ്?
അതു കാണുവാൻ
ഏകാന്തതയിലേയ്ക്കു പിൻവാങ്ങിയവരും,
യുദ്ധക്കളത്തിലേയ്ക്കു മുന്നേറിയവരും ഉണ്ട്.
ആദ്യത്തേത് അഭയത്തിന്റെ ആശ്രമവാടവും
രണ്ടാമത്തേത് വിദ്വേഷത്തിന്റെ
വിഷാണുമാരിയുമാണ് ഒരുക്കിയത്.

അതിനാൽ മൃതിയുടെ നിറം
അന്വേഷിച്ചവർ ഓരോരുത്തരും
അതിനെ കണ്ടത് ഓരോ നിറത്തിലാണ്.
ചിലർക്ക് അതിൽ പല വർണ്ണങ്ങൾ
കൂടിച്ചേരുന്നതായി തോന്നി.
ഒരു വശത്ത് സന്താപത്തിന്റെയും
മറുവശത്ത് സന്തോഷത്തിന്റെയും
നിറങ്ങൾ അതിൽ ലയിച്ചുചേർന്നു.
ഒരുവശത്ത് സ്നേഹത്തിന്റെ നിറമാണെങ്കിൽ
മറുവശത്ത് വിദ്വേഷത്തിന്റേതാവും.
ഇടയ്ക്കിടെ ഒരു വശത്ത്
പ്രത്യാശയുടെ നിറമെത്തും.
മറുവശത്തോ നിരാശയുടേതും.

മരണത്തിന്റെ നിറം തെരഞ്ഞെടുക്കുന്നതിനുള്ള
നറുക്കെടുപ്പാണ് ജീവിതം.
വിധി നടത്തുന്ന ആ നറുക്കെടുപ്പിൽ,
നറുക്കു വീഴുന്നവർ ഓരോരുത്തരും
അവരവരുടെ നിറം കണ്ടെത്തുന്നു.
മൃതിയുടെ വർണ്ണക്കടലാസിൽ
പൊതിഞ്ഞ ജീവിതങ്ങൾ
വിധി നിരത്തിവച്ചിരിക്കുന്നു;
ആകാശത്തിൽ വർണമേഘങ്ങൾ പോലെ.
വരിക, അവ വിരചിക്കുന്ന
പ്രപഞ്ചചിത്രങ്ങൾ കാണുക.
നിറങ്ങൾക്കു പിന്നിലെ ചിത്രകാരനെ
അന്വേഷിക്കുക, കണ്ടെത്തുക.
പുതിയ ആകാശവും പുതിയ ഭൂമിയും
അവിടെയാകുന്നു. ■

www.ingramcontent.com/pod-product-compliance
Lightning Source LLC
LaVergne TN
LVHW040759051026
849519LV00007BA/2571
* 9 7 8 9 3 4 8 1 2 5 0 3 3 *